प्रीतरंग

कथा संग्रह

त्रिवेणी कोळेकर साबळे

Copyright © Triveni Kolekar Sable
All Rights Reserved.

This book has been published with all efforts taken to make the material error-free after the consent of the author. However, the author and the publisher do not assume and hereby disclaim any liability to any party for any loss, damage, or disruption caused by errors or omissions, whether such errors or omissions result from negligence, accident, or any other cause.

While every effort has been made to avoid any mistake or omission, this publication is being sold on the condition and understanding that neither the author nor the publishers or printers would be liable in any manner to any person by reason of any mistake or omission in this publication or for any action taken or omitted to be taken or advice rendered or accepted on the basis of this work. For any defect in printing or binding the publishers will be liable only to replace the defective copy by another copy of this work then available.

वाचन करत असताना आपण पण काहीतरी लिहावे अशी मनातली सुप्त इच्छा एका ऑनलाईन प्लॅटफॉर्मद्वारे पूर्ण झाली आणि ते लिखाण करण्यासाठी मला प्रेरित करणारी माझी मैत्रीण नीता आणि माझ्या लेकीला, श्रेयाला मी माझे पहिले पुस्तक समर्पित करते.

अनुक्रमणिका

1. साथ तुझी नि माझी — 1
2. जाणीव प्रेमाची — 9
3. फॅनगर्ल — 17
4. एक ब्रेकअप असेही — 36

लेखिका
त्रिवेणी श्रीकांत साबळे
संपर्क: triveni.sable@gmail.com
प्रथम आवृत्ती: एप्रिल २०२२
मुखपृष्ठ
श्री. नितीन दत्तात्रय भराडे-पाटील
संपर्क: nikhasur@gmail.com

1

साथ तुझी नि माझी

स्थळ: वरळी सी फेस

"चल नित्या आम्ही निघतो आता, तू पण निघ, किती वेळ अशी बसून राहणार आहेस? आणि किती दिवस जो कोण आहे त्याची वाट बघणार आहेस? वर्ष झालं तो अजूनही आला नाही आणि तो कोण आहे हे पण सांगत नाही?" शमीत तिच्या बाजूने उठत तिला हात देत म्हणाला.

"शमीत नमिता निघा रे उशीर होईल तुम्हाला. थोड्यावेळाने मी पण निघते आणि नमिताला नीट घेऊन जा जास्त त्रास नकों देऊस" नित्या बारीक तोंड करत म्हणाली.

"शमीत चल तिला तिचा वेळ घेऊ दे जबरदस्ती विचारलं तर ती आणखीन चिडेल" नमिता डोळ्यांनीच त्याला चल असं खुणावलं आणि मग ते तिथून निघून गेले.

नित्या तिथेच बसून राहिली, तो येईल या आशेने त्याची वाट बघत तिने डोळ्यात साठलेल्या अश्रूंना मोकळी वाट करून दिली. दीड वर्षांपासून ती नियमितपणे त्याची वाट बघत होती पण तो काही आलाच नाही.

दीड वर्षांपूर्वी

"काय रे किती भाव खातोस मी मुलगी असून तुला प्रपोज केलं आणि तू किती अखडू खडूस आहेस रे अजूनही हो किंवा नाही पण सांगत नाहीस?" नित्या कंबरेवर हात ठेवत म्हणाली.

तो हसायला लागला

"हम्म तुला उत्तर ऐकायचं आहे?" त्याने विचारलं.

तिने हसतच होकारार्थी मान हलवली.

" हम्म . मग तू मला येत्या शनिवारी संध्याकाळी ६ वाजता वरळी सी फेसला भेट" तो म्हणाला तशी तिने आनंदात उड्या मारायला सुरुवात केली.

तिला असं आनंदात बघून तो ही हसायला लागला "वेडी कुठली?" तो मनातच म्हणाला.

"पण?" तो म्हणाला, तसा तिच्या चेहऱ्यावरचा आनंद मावळला

" अजूनही तुझा पण आहेसच का?" तिने विचारलं

" हो, जर मी काही कारणास्तव वेळेवर नाही येऊ शकलो तरी माझी वाट बघायची, फोन करायचा नाही, मी येईन पण कधी ते नाही सांगणार बघू माझ्यावर प्रेम करणाऱ्या मुलींमध्ये माझ्यासाठी वाट बघण्याची क्षमता आहे का? की नुसतं नावाला प्रेम करते ते?" तो हाताची घडी घालत नित्याच्या चेहऱ्यावरचे हावभाव बघत म्हणाला

"तुला डाउट आहे का माझ्या प्रेमावर? मग राहू दे गेलास उडत आणि तू जर दिलेल्या वेळेत नाही आलास तर मी दुसऱ्यासोबत निघून जाईन मग बस ओरडत" नित्या चिडून म्हणाली आणि निघून गेली.

"ये नित्या बाय" शमीत आणि नमिताच्या आवाजाने ती पुन्हा वर्तमानात आली आणि त्यांना हात हलवून बाय करून पुन्हा त्या शांत समुद्राकडे बघत राहिली.

मावळत्या सूर्याप्रमाणे त्याच्या येण्याची आशा मावळत चालली होती. न चुकता दररोज ६ वाजता तो येईल या अपेक्षेने ती तिथे येऊन त्याची एक दीड तास त्याची वाट बघायची पण दीड वर्ष झाली तो आलाच नाही.

शमीत आणि नमिता तिला बाय बोलुन रोड क्रॉस करून बस स्टॉपवर निघाले नमिताला तहान लागली म्हणून ती पाण्याची बॉटल घ्यायला तिथल्या दुकानात गेली.

शमीत रोडवर मोबाईल बघत उभा होता तेव्हा त्याला आदेश त्याचा कलीग दिसला. आदेश गाडी पार्क करत होता तेव्हा शमीत त्याच्याजवळ आला.

"हाय आदेश अरे काय कुठे होतास तू? ऑफिसमधून अचानक गायब झालास. नंतर कळलं की तू दुसऱ्या शहरांत जॉब करायला गेलास ते? कसा आहेस?" शमीतने प्रश्नांचा भडीमार चालू केला.

शमीत, नित्या आणि आदेश एकाच ऑफिसमध्ये काम करायचे. आदेशने एका रात्रीत जॉब सोडून हैद्राबादमध्ये स्थायिक झाला.

"अरे हो हो जरा ब्रेक मार किती प्रश्न? अरे मला इथे जास्त काही स्कोप नाही वाटला. आणि तूला माहित आहे ना माझा दादा हैद्राबादमध्ये राहतो त्याला

सांगितलं तर तो म्हणाला की लगेच ये मग मी तिथे शिफ्ट झालो. बाकी तू काय म्हणतो कसा आहेस? जॉब आणि संसार कसा चालू आहे?" आदेशने विचारलं

"जॉब ठीक चालू आहे आणि संसार तर सकाळी दूध आणण्यापासून संध्याकाळी एका हातात भाजीची पिशवी आणि दुसऱ्या हातात दळणाची पिशवी घेऊन येण्याचा प्रवास आहे रे" शमीत त्याच दुखड ऐकवत म्हणाला.

आदेश हसायला लागला.

"तूला काय जातंय हसायला? तू लग्न कर म्हणजे तूला कळेल?" शमीत त्याला म्हणाला

"अरे बापरे नित्या एवढी काम सांगते तूला? आधी तर तुझी सगळी काम तिचं करायची?" आदेश म्हणाला

"हा ना तिचा शाप लागला मला?" शमीत म्हणाला आणि नंतर त्याला लक्षात आलं की आदेश काय म्हणाला ते.

"एक मिनिट नित्या एवढी काम सांगते म्हणजे?" शमीतने न कळल्यासारखं विचारलं.

"म्हणजे तुम्ही लग्न केलंत ना? आणि ती तिथे का बसली आहे भांडण झाले आहे का तुमचं?" आदेश म्हणाला.

तोपर्यंत नमिता येते.

"चल रे शमीत उशीर होतोय?" नमिता तिच्या हातातील पैसे पर्समध्ये टाकत म्हणाली.

"काय रे काय बोलतोय तू कळतंय का तुला? निदान बायकोसमोरं तरी असलं काही बोलू नकोस नमिता मारेल रे मला?" शमीत केविलवाणा चेहरा करत म्हणाला.

"कोण आहेत हे आणि काय म्हणाले?" नमिताने शमीतला विचारलं आणि तिने आदेशकडे पहिलं आणि त्याला पाहिल्यावर थोडा विचार करत "मी तुम्हाला आधी पाहिलं आहे असं का वाटतय?" नमिता म्हणाली

"तू ओळखतेस ह्याला? मला कधी सांगितलं नाहीस" शमीत म्हणाला

आदेश फक्त त्यांचं बोलण ऐकत होता.

"नाही रे मी ओळखत नाही पण चेहरा आठवतोय?" नमिता विचार करत म्हणाली आणि तिला काहीतरी आठवलं "ओह येस येस काही दिवसापुर्वी मे बी एक दीड वर्षांपूर्वी आपण इथे फिरायला आलो होतो आणि नित्या आपल्याला दिसली होती. आपण तिला भेटायला जात होतो त्यावेळी मला कॉल आला होता म्हणून मी इथे बोलत थांबले होते तू पुढे गेलास आणि मी फोनवर बोलता बोलता चालत होती

आणि ह्यांच्या धक्क्याने माझा फोन पडला, काय माहित कसल्या रागात होते? गाडीवर हात आपटला, आवाज दिला तरी लक्ष नव्हतं फक्त समोर बघत रागाने गाडीत बसून निघून गेले बर झालं भेटलात दया मला १६०००/- रुपये.

शमीत आणि आदेश तीच बोलणं ऐकत होते.

"हे बघा ते चुकून लागलं असेल माझं असं काही इंटेशन नव्हतं आणि खरच सॉरी शमीत सांग ह्यांना आणि तुम्ही ह्याच्यासोबत कश्या?" आदेशने विचारलं.

"ह्यांच्यासोबत कशी म्हणजे मी बायको आहे ह्यांची?" ती मंगळसूत्र दाखवत म्हणाली.

"काय" तो जोरात ओरडला.

"अरे हळू ना हार्ट बाहेर आलं असतं ना माझं" तो छातीवर हात ठेवून म्हणाला.

"आणि मघाशी तू काय म्हणाला होतास मी आणि नित्याने लग्न वेडा आहेस का बहिणीसोबत कुणी लग्न करत का मुर्खा?" शमीत त्याला म्हणाला.

आदेशला एक सुखद धक्का बसला आणि स्वतःवर राग येऊ लागला

त्याला त्यादिवशीचा तो दिवस आठवला

"अग ये नीतू चिडते काय? तुला उत्तर माहित आहे तरी उगाचच माझ्या तोंडून ऐकायचं आहे (तो बोलेपर्यंत ती तिथून निघून जाते)

तो मनात “वेडाबाई किती प्रेम करते?”

तो ठरलेल्या दिवशी नित्याला भेटायला आला. आदेशला वेळेवर यायची सवय बिल्कुल नव्हती, नेहमी १० - १५ मिनिट उशिरा यायचा. त्या दिवशीपण तो उशिराच पोहोचला.

"खुप त्रास दिला ना तुला नित्या आता नाही आज मीच तुला प्रपोज करणार आणि कायमची माझी बनवणार" आदेश मनातच म्हणाला.

तो गाडीतून उतरून तिच्यासाठी चॉकोलेट घेऊन रोड क्रॉस करणार तोच त्याला नित्या आणि शमीत एकमेकांच्या मिठीत दिसले. त्याला तीच वाक्य आठवलं "जर तू वेळेत नाही आलास तर दुसऱ्याचा हात पकडून निघून जाईन?" तो पुन्हा त्याच्या गाडीजवळ आला आणि रागानेच गाडीवर हात मारला, त्यात त्याचा धक्का एका मुलीला लागला, ती मुलगी बडबड करत होती पण त्याच तिच्याकडे लक्षच नव्हतं तो रागानेच निघून गेला.

"म्हणजे नित्या माझ्याशी खोटं वागली माझ्या उत्तराची वाट पण नाही बघितली आणि त्या शमीतसोबत?" येवढ बोलुन तो तिथून निघून गेला.

मग त्याने त्याचा मेडिकल इशू सांगून रेजिग्नेशन ई-मेलने पाठवून दिल आणि हैदराबादला शिफ्ट झाला. आज तो इथे सहज एका मित्राकडे आला तेव्हा

त्याला नित्या त्याच जागेवर बसलेली दिसली.

शमीत त्याला हलवतो.

"काय रे कुठे हरवलास? आणि तिथे काय बघतो ती आपली नित्या आहे. गेली दीड वर्ष झालं दररोज संध्याकाळी ६ वाजता येऊन बसते इथे, कुणाची वाट बघते काय माहित? आणि विचारलं तर सांगत पण नाही, नेहमी कोड्यात बोलते वेळ आली की सांगेन? काय माहित हिची वेळी कधी येणार आहे आणि तो मुलगा पण? कोण आहे जो माझ्या बहिणीला येवढा त्रास देतोय?" शमीत आदेशाला म्हणाला.

जस जस शमीत बोलत होता तस आदेशच्या चेहऱ्यावरचे भाव बदलत होते त्याला त्याच्या चुकीची जाणीव होत होती तो पुढे काही बोलूच शकला नाही. आदेशच्या चेहऱ्यावरील भाव बघून शमीत आणि नमिताला कळून चुकलं की नित्याला वाट बघायला लावणारा मुलगा दुसरा तिसरा कुणी नसून तो आदेशच आहे.

"आदेश म्हणजे तिला वाट बघायला लावणारा मुलगा तूच आहेस? का केल असं? का लांब राहिला तिच्यापासून तीने असं काय केल होत जे तू असं वागलास? ती किती वेड्यासारखं प्रेम करते तुझ्यावर माहित आहे का? तिच्या घरचे तिच्याशी बोलत नाही कारण ती कुठल्याच स्थळाला हो म्हणतं नाही आणि दररोज तुझी वाट बघत बसते, एक दिवस चुकवला नाही तिने?" शमीत थोडं रागात म्हणाला.

नमिताने शमीतच्या खांद्यावर हात ठेवला "शांत हो शमीत, आधी त्याला विचार काय झालं होत त्यादिवशी?" नमिता म्हणाली.

"सॉरी खुप मोठी चूक झाली माझ्याकडून मी तिला आणि तुला समजून घेण्यात खुप मोठी मोठी चूक झाली. शमीत सॉरी यार मित्राला माफ कर." आदेश त्याच्यापुढे हात जोडत म्हणाला.

शमीत त्याचा हात खाली करतो "अरे वेडा आहेस का? सॉरी काय बोलतो? पण पुन्हा असं काही करू नको आणि माझ्या बहिणीला जर त्रास दिलास तर गाठ माझ्याशी आहे लक्षात ठेव?" शमीत म्हणाला आणि दोघांनी हसत एकमेकांना मिठी मारली.

आदेश नित्याकडे जाणार तस नमिताने त्याला अडवलं "ओ मि. आदेश एक मिनिट थांबा कसली घाई तिला भेटण्याची? चालला आहात तर तिच्या आवडीचं काहीतरी घेऊन जा? चालले आपले मित्रासारखे हात हलवत?" नमिता शमीतला टोमणा मारत आदेशला म्हणाली.

शमीतने थोडं रागात नमिताकडे पाहिलं आणि आदेश हसायला लागला नंतर शमीतही हसायला लागला.

त्याने पटकन जाऊन तिच्यासाठी सिल्क चॉकलेट घेऊन आणि एक नमिताला देऊन ह्या दोघांना बाय बोलुन नित्या बसलेली तिथे गेला.

तिला बघून त्याच्या हृदयातून एक कळ गेली, त्याला खूप वाईट वाटत होत. कायम हसणारी हसवणारी प्रसन्न चेहऱ्याची नित्या आज कोमेजलेल्या फुलासारखी झाली होती.

आज त्याच हृदय खुप धडधड करत होत तो हळूच तिच्या बाजूला बसला "खुप वाट बघायला लावली ना?"

नित्याला काही कळल नाही पण आदेशचा आवाज ऐकून तिच्या डोळ्यातून पटकन पाणी आणि तिने बाजूला वळून पाहिलं तर बाजूला आदेश बसला होता. तिच्या मनात आनंदाचे कारंजे उडू लागले, मिठी मारून त्याला जाब विचारायचं होत पण मनात राग जो निर्माण झाला होता ती पटकन उभी राहते.

"अग पाण्यात उडी मारू नकोस आधीच समुद्र भरला आहे सगळं पाणी बाहेर येईल?" आदेश तिचा हात पकडला, तिने रागानेच त्याचा हात झटकला आणि वाट दिसेल तिथे चालू लागली.

"तुला काय करायचं आहे मी उडी मारेन नाहीतर काहीही करेन तू कोण विचारणारा?" नित्या चालत चालत म्हणाली.

"हम तो तेरे आशिक है सदियों पुराणे, चाहे तू माने चाहे ना माने" आदेश छातीवर हात ठेवून सलमान स्टाईलने गाणं गायलं.

"आज ह्याला आठवण आली? आशिक म्हणे, हू. एवढ्या दिवसात एकदाही विचारलं नाही जिवंत आहे का मेली ते? एक साधं हो कि नाही बोलायला जड जात होत का?" नित्या चालत चालत बडबड करत होती.

आदेश पण तिच्या बरोबर चालत होता त्याने पुढे येऊन तिला अडवलं पण ती काहीच न बोलता तशीच त्याच्या बाजूने पुढे निघून गेली. आदेश जागेवरच थांबला तिचा राग तिला झालेला त्रास तिच्या डोळ्यातील अश्रुनी त्याला दिसून आला त्याला त्याच्या चुकीची जाणीव झाली.

"अग नित्या आपलं घर ह्या बाजूला आहे तिकडे कुठे निघालीस?" आदेश कंबरेवर हात ठेवून हसतच म्हणाला. ती पुन्हा पाठी फिरली तर आदेश तिच्याकडेच बघत होता. त्याने हात समोर करून तिला मानेनेच ये म्हणून खुणावलं तस ती तिचा सगळा राग विसरून त्याच्या मिठीत शिरून रडू लागली. तो तसाच तिच्या केसांवरून हात फिरवत शांत करत होता.

थोड्यावेळाने ती शांत होते तो तिला एका बेंचवर बसायला लावून पाणी प्यायला देतो ती पाणी पिऊन शांत होते ती मान खाली घालूनच बसून असते तो

तिला चॉकलेट हातात देतो ती मुसमुसत नाही म्हणते "सॉरी नित्या, मी तुझ्यावर अविश्वास दाखवला पण आता माझे सगळे गैरसमज दूर झाले" आदेश कान पकडत म्हणाला तिने पटकन त्याच्याकडे बघते.

भूतकाळ

"त्या दिवशी मी आलो होतो, पण तुला आणि शमीतला एकत्र मिठीत पाहिलं मग मला काही सुचलंच नाही माझी नित्या दुसऱ्या कुणाच्या मिठीत मी पाहूच शकलो नाही आणि मी आल्या पावली मागे फिरलो, तुला विचारावं हे पण सुचलं नाही." हे ऐकून नित्याने रागाने त्याच्याकडे बघितलं आणि मारायला सुरुवात केली.

"अग सॉरी ना मारू नकोस तस पण मला नाही तुलाच लागत आहे" आदेश तिचा मार चुकवत म्हणाला.

"तुला कळत का रे आम्ही बहीण भाऊ आहोत आणि तू काय आमची डाळ शिजवतो?" नित्या चिडून म्हणाली

"सॉरी ना राणी ते रागाच्या भरात इथून निघून गेलो पण तूला विसरूच शकलो नाही. खुप काही होत मनात तुला विचारच होत पण माझा इगो येत होता. म्हणून मी हैद्राबादला शिफ्ट झालो घरी सांगून ठेवलं की कुणाला सांगू नका" आदेशने तिच्या खांद्यावर हात ठेवून तिला मिठीत घेतं सगळं सांगितलं आणि "सॉरी नित्या मी खरच चुकलो माफ कर" आदेश म्हणाला.

"इट्स ओके जाऊ दे झालं ते गेलं, आणि समुद्राच्या पाण्याला मिळालं पण पुन्हा असं करू नकोस" नित्या त्याच्या मिठीत विसावत म्हणाली.

असेच दोघेही एकमेकांच्या सहवासात राहिले. बराच वेळ निघून गेला.

"तुमचं पॅच अप झालं असेल तर आमच्याकडे पण बघा जरा?" मागे शमीत हाताची घडी घालून त्यांच्याकडे बघत म्हणाला.

नित्या पटकन बाजूला होत असते पण आदेश अजिबात सोडत नाही.

"अबे साल्या जा ना बायकोसोबत इथे का कबाबमे हड्डी बनतो?" आदेश शमीतला म्हणाला

"अरे ये शिवी काय देतो?" नित्या आदेशच्या हातावर फटका मारत म्हणाली.

"अग साला शिवी नाही. साला म्हणजे म्हेवना आहे तो माझा आणि शमीत तुझ्या बायकोला उद्या पाहिजे तो फोन घेऊन दे मी बिल पे करतो?" आदेश खुश होत म्हणाला.

"आज का नाही?" शमीतने विचारलं

"आज मॅडमच्या घरी जाऊन मागणी घालून येतो आधीच खुप उशीर झालाय अजून नाही करायचा आहे?" आदेश नित्याकडे बघत म्हणाला, नित्याने लाजून मान खाली घातली.

शमीत आणि नमिता पुन्हा एकदा बाय बोलू त्यांच्या घरी निघून गेले आणि इथे आदेशने नित्याच्या घरी जाऊन तिच्या घरच्यांना सगळं सांगितलं आणि रीतसर मागणी घालून तिच्याशी लग्न केलं आणि दोघे मिळुन आयुष्याच्या एका नव्या पर्वाला सुरुवात केली.

समाप्त

2
जाणीव प्रेमाची

अद्वैत आणि अंजली एकाच कॉलनीत राहणारे लहानपणाचे सोबती. दोघेही एकाच शाळेत, एकाच वर्गात शिकत होते. शाळेनंतर कॉलेज, एम बी ए सुद्धा एकत्रच पूर्ण केलं.

दोघांना जॉब सुद्धा एकाच ऑफिसमध्ये सेल्स डिपार्टमेंटमध्ये मिळाला. दोघेही हुशार होते, अद्वैत टेक्निकली हुशार तर अंजली प्रॅक्टिकली खुप हुशार होती. त्यामुळे दोघेही जास्त करुन एकाच प्रोजेक्टमध्ये काम करायचे. त्यांच्या कामातील कौशल्यामुळे त्यांनी कंपनीला खुप फायदेशीर प्रोजेक्ट्स मिळवून दिले होते.

लहानपणापासून एकत्र होते त्यामुळे सगळ्यांना हेच वाटायचं की ह्या दोघांच्यात काहीतरी आहे पण, तसं दोघांच्यात काहीच नव्हतं, होती ती फक्त निव्वळ मैत्री.

पण ते म्हणतात ना! कुणाच्या आयुष्यात कधी काय घडेल सांगता येतं नाही असं काहीसं घडलं अद्वैत आणि अंजलीच्याबाबतीत.

असेच दिवस मजेत जात होते, दोघांची मैत्री दिवसेंदिवस बहरत चालली होती. लहानपणापासून त्यांच्या मैत्रीत तिसरी व्यक्ती कधीच ॲड झालीच नाही.

आणि अचानक एक दिवस ऑफिसमध्ये अनन्या आणि मयूर दोन नवीन सेल्स मेंबर ॲड झाले. त्यांना अंजली आणि अद्वैतच्या टीममध्ये ठेवण्यात आलं.

अनन्या दिसायला खुप सुंदर होती गोरी नितळ त्वचा, घारे डोळे, खांद्यापर्यंत रूळणारे कर्ली काळे केस एखादी बाहुलीच जणू. तिला पाहून ऑफिसमधल्या बहुतेकांची विकेट उडाली होती त्यात अद्वैतही होता. तसा अद्वैत दिसायला जरी सावळा असला तरी, देखणा होता. जिममध्ये मेहनतीने घाम गाळून कमावलेली

शरीरयष्टी आणि सिल्की केस खुप आकर्षक असा आणि मयूर गोरा, जिमवाली बॉडी, स्टायलिश श्रीमंत घरातला मुलगा. त्याच्या पप्पांचा बिझिनेस होता पण फक्त अनुभव म्हणून त्याने हे ऑफिस जॉईन केलं होतं.

एकत्र काम करता करता चौघांची छान ओळख झाली होती आणि हळूहळू मैत्रीही.

अनन्याला अद्‌वैत खुप आवडायला लागला होता म्हणजे त्याची बोलण्याची स्टाईल, क्लाईंटला स्वतःच्या कंपनीची माहिती देऊन, त्यांना अप्रोच करणं त्याला चांगलंच जमत होतं. ती त्याला ॲडमायीर करायची. त्याच्याकडून तिला खुप नवनवीन गोष्टी शिकायला मिळाल्या.

मयूरला अंजली आवडायला लागली होती कारण, अंजली होती तशीच क्युट स्माईल, हसताना गालावर पडणारी खळी, सुडौल बांधा, लांब केस, सावळी पण तितकीच आकर्षक अशी, स्वभावाने शांत, तिचे अदबिने बोलणे सगळंच त्याला कसं वेड लावणारं होत.

मयूरला नेहमीच वाटायचं की, अद्‌वैत आणि अंजलीमध्ये नक्कीच काहीतरी आहे, पण ते दोघे तशी कल्पना येऊ देत नाहीत. त्याने ऑफिसमध्ये दोघांबद्‌दल चौकशी केली तेव्हा त्याला असं कळलं की, त्यांच्यात फक्त मैत्री आहे बाकी काही नाही.

एक दिवस अनन्या आणि अद्‌वैत केबिनमध्ये नसताना मयूर तिच्याशी बोलायला गेला.

"अंजली तुझी हरकत नसेल तर आज माझ्यासोबत कॉफ़ी प्यायला येशील का? मला खूप महत्वाचं बोलायचं आहे तुझ्याशी?" मयूरने विचारलं.

अंजली थोडी गांगरली, कारण अद्‌वैतसोडून ती कोणत्याच मुलासोबत जास्त बोलत नव्हती, त्यात मयूरने असं विचारणं तिला जरा विचित्र वाटलं म्हणून अंजलीने "नंतर सांगते" म्हणून टाळलं.

अंजली तिच्या प्रत्येक गोष्टी अद्‌वैतसोबत शेअर करायची तिने ही गोष्ट जाऊन अद्‌वैतला सांगितली.

अद्‌वैतला मयुरचं असं अंजलीला कॉफीसाठी ऑफर करणं खरंच आवडलं नव्हतं, पण तो काय बोलणार म्हणून त्याने शांतपणे ऐकून घेतलं आणि तिला जायला सांगितलं.

"तू पण चल ना माझ्यासोबत?" अंजली म्हणाली.

"अंजली अग आज मला नाही जमणार?" अद्‌वैत म्हणाला

"का रे कुठे चाललास?" अंजलीने विचारलं.

"अंजु ऐक ना मला तूला एक गोष्ट सांगायची आहे?" अद्‌वैत म्हणाला.

"हा बोल ना?" अंजली म्हणाली.

"मला अनन्या फार आवडते, मी तिला आज डिनरला घेऊन जाणार आहे आणि मी तिला प्रपोजही करणार आहे?" अद्‌वैत म्हणाला

अंजलीला त्याच हे बोलणं मनाला लागलं, पण तिने स्वतःला सावरलं.

"मस्त बेस्ट ऑफ लक. ती तुला नक्कीच हो म्हणेल, मी खुप खुश आहे तुझ्यासाठी, तुला तुझ्या मनासारखा पार्टनर मिळाला" अंजली त्याचा हात हातात घेत म्हणाली.

"थँक्स तू नेहमीच माझी वेल-विशर राहिली आहेस." अद्‌वैत म्हणाला

अंजली एक स्माईल देऊन बाहेर आली हातातून काही तरी निसटत तिच्यापासून दूर चाललं आहे अस वाटून गेलं पण, काय हे स्वतःच्या मनाला सांगता येत नव्हतं याच गोंधळात ती मयूरला भेटायला तयार झाली.

ऑफिस सुटल्यावर दिलेल्या अॅड्रेसवर ती जाऊन पोहचली त्याने दोघांसाठी कोल्ड कॉफ़ी मागवली. मयूर बिनधास्त होता तो कॉफीचा सिप घेता घेता फक्त तिलाच बघत होता. त्याच असं तिला बघणं तिला थोडं ऑड वाटत होत.

"तू मला का बोलवलंस?" बराच वेळ कुणीच बोलत नव्हतं म्हणून तिनेच विचारलं

मयूरने जास्त न फिरवता, डायरेक्ट मुद्‌याला हात घातला.

"मला तू आवडते आणि मला तुझ्याशी लग्न करायचं आहे" मयूरने डायरेक्ट त्याच्या मनातलं सांगून लग्नासाठी विचारलं.

हे ऐकून, तिला मात्र जोरात ठसका लागला.

"हळूहळू हे घे पाणी?" मयूरने पाण्याचा ग्लास तिच्या ओठाला लावला.

अंजली पाणी पिऊन थोडी शांत झाली.

"सॉरी पण, मी नाही स्वीकारू शकत तुझं प्रपोजल" अंजली म्हणाली.

"का? मी दिसायला तितका वाईट ही नाही. जरी स्वतःचा नसला तरी आमचा फॅमिली बिझिनेस आहे. घरची श्रीमंती आहे, घरी आम्ही तिघेच असतो आणि तुझी ईच्छा नसेल तर तू नोकरीं नाही केलीस किंवा केलीस तरी चालेल" मयूरने त्याच्या घराच्या परिस्थिबद्‌दल सांगितलं.

"मयूर थँक्स तू मला येवढ सांगितलं, खरतर तू खूप चांगला मुलगा आहेस तरीही माझा नकार आहे, माझ्यासाठी पैसे श्रीमंती महत्वाची नाही" अंजली म्हणाली.

"मी चांगला मुलगा आहे हे तू मान्य करते मग प्रॉब्लेम काय म्हणजे तू का नाहीं म्हणते? तुला कोणी दुसरा आवडतो का? की, अद्वैत?" मयूरने डायरेक्ट विचारलं.

अद्वैतचं नाव घेताच, तिच्या डोळ्यात पाणी आलं मयूरला कळून चुकलं अंजलीला अद्वैत आवडतो.

"वेडी ग वेडी अग, येवढं माहित आहे तो आवडतो तुला त्याच्यावर प्रेम करतेस मग सांगायचं ना त्याला" मयूर म्हणाला.

"नाही अद्वैतला अनन्या आवडते तो आज तिला प्रपोज करणार आहे आणि मला माहित आहे अनन्या पण त्याला हो बोलेल मला त्यांच्यात इंटरफेअर नाही करायचा तो खुश तर मी पण खुश" अंजली हलकेच हसत म्हणाली.

मयूर मात्र जोर - जोरात हसायला लागला.

"तुला कोणी सांगितलं अद्वैतला अनन्या आवडते?" मयूरने विचारले

"अद्वैतने सांगितलं, तो तिच्यावर प्रेम करतो आणि तो आज तिला प्रपोज ही करणार आहे" अंजली म्हणाली.

मयूरला हसू कंट्रोल होत नव्हतं, तो उठून अंजलीच्या मागे असलेल्या खुर्चीजवळ गेला.

"ये बाबा तू चल समोर मानलं बाबा तुम्हा दोघांना काय प्रेम आहे, एकमेकांच्या सुखासाठी त्याग करताय आणि अद्वैत तुला मी म्हटलं होत ना अंजलीचं ही तुझ्यावर तुझ्या एवढच प्रेम आहे. पण तू माझं ऐकल नाही ना. उलट मला म्हणत होतास कि, ती तुझ्यावर प्रेम करते. वेडे रे वेडे चल उठ आता ये चल तिकडे" मयूर अद्वैतचा हात धरून अंजलीच्या समोर घेऊन आला. अद्वैतसोबत अनन्याही होती.

अंजली, मयुरच्या बोलण्याने गोंधळून जाते तिला हे सर्व समजण्यापलीकडे होत. मयूर अद्वैत आणि अनन्याला अंजलीच्या समोर घेऊन येतो. अद्वैतला बघून अंजली गोंधळून उभी राहते ती मनाशीच पुटपुटत

" अद्वैत आणि अनन्या इथे ते तर डिनरला जाणार होते ना? मग ते दोघे इथे कसे? "

अंजलीचा उडालेला गोंधळ पाहून, अद्वैतलाही हसायला येतं पण तो कंट्रोल करतो.

"तू ते तू आणि अनन्या म्हणजे तू ते अनन्याला प्रपोज करायला जाणार होतास ना मग तू इथ कसा आणि हे काय?" अंजलीने गोंधळत विचारलं.

अद्वैतने अंजलीच्या खांद्यावर हात ठेवला "सांगतो आधी माझ्या अंजलीला सिक्योर करतो नाहीतर, हा मयूर तुला माझ्यापासून पळवून घेऊन जाईल आणि मी तुझ्याशिवाय नाही राहू शकणार आय रिअली लव्ह यु अंजली माझ्याशी लग्न करशील?" अद्वैतने अंजलीचा हात हातात घेत विचारलं

क्षणाचाही विलंब न करता अंजलीने "हो" म्हणून सांगितले.

नकळत तिच्या तोंडून होकार बाहेर पडला आणि पुढच्याचं क्षणी ती त्याच्या मिठीत शिरली. इकडे मयूर आणि अनन्याने दोघांसाठी टाळ्या वाजवल्या. थोड्या वेळाने, मिठीत राहूनच अद्वैतच्या चेहऱ्याकडे एक कटाक्ष टाकत

"एक मिनिट, हा प्लॅन?" अंजली अद्वैतपासून दूर होत विचारलं.

"माझा नाही मयूरचा होता" अद्वैतने अंजलीला अजून जवळ खेचतच हसत म्हणाला.

अंजलीने मयुरकडे पाहिलं.

"खरं तर मला अंजली खूप आवडते पण, तुमच्या दोघांची बॉण्डिंग बघून, मला जाणवायचं कि तुमच्यात नक्की काही तरी असेल पण, तुम्ही ते स्वीकारत नव्हता मी लास्ट वीक अद्वैतला सांगितलं होतं कि, मला अंजली आवडते आणि मला तिच्याशी लग्न करायचं आहे तर, तिच्याबद्दल सांग म्हणजे ती कशी आहे? तुझ्या आवडीनिवडी वगैरे. त्याच्याकडून तुझ्याबद्दल मी जेव्हा ते सर्व ऐकलं, तेव्हाच जाणवलं की अद्वैतचं तुझ्यावर किती प्रेम आहे तुझी छोट्यातली छोटी गोष्ट त्याला माहित आहे त्याच्या डोळ्यात मला तुझ्याविषयी एक वेगळाच आदर आणि प्रेम दिसल माझ्यासोबत तू खुश रहावीस म्हणून, तो त्याचं बालपणीचं प्रेम सॅक्रिफाईज करत होता.

मला कळुन चुकलं होतं तुम्ही दोघेही एकमेकांवर खूप प्रेम करता म्हणून मी त्याला डायरेक्ट विचारलं.

भूतकाळ

"खूप प्रेम करतो ना अंजली वर?" मयूरने विचारलं

"नाही" अद्वैत नजर चोरत म्हणाला.

"मग मी जेव्हा तिच्याबद्दल विचारलं तर तुझ्या चेहऱ्यावरचा रंग का उडाला? तुला पाहुन कोणीही सांगेल कि तू खोटं बोलत आहेस?" मयूर त्याच्यावर नजर रोखत म्हणाला.

"हो खूप प्रेम करतो तिच्यावर, अगदी लहानपणापासून" अद्वैतने सांगितलं.

"मग वाट कोणाची पाहतो सांगून टाक तिला?" मयूर म्हणाला.

"भीती वाटते?" अद्वैत म्हणाला

"कश्याची?" मयूरने विचारलं

"तिच्या मनात माझ्याबद्दल अश्या भावना नसतील तर? तिला हे आवडलं नाही तर? ती मला सोडून गेली तर?

प्रेम नाही पण मैत्रीण म्हणून जरी असली तरी ती मला हवी आहे आयुष्यभर" अद्वैत म्हणाला.

"समज तिचं लग्न दुसऱ्या कुणाबरोबर झालं तर तू बघू शकशील का तिला असं?" मयूरने विचारलं

अद्वैतने काहीच उत्तर दिल नाही.

"नाही ना आणि तिच्या मनात जर ह्या सेम भावना असतील तर?" मयूर म्हणाला.

"नाही, मी खूप वेळा जाणून घेण्याचा प्रयत्न केला पण ती मैत्रीच्या काही पुढे बोलतच नाही" अद्वैतने सांगितलं.

"कदाचित तिलाच तिच्या भावना नीट कळल्या नसतील पण डोन्ट वरी माझ्या डोक्यात एक प्लॅन आहे त्यामुळे ती स्वतःच तिच्या भावना व्यक्त करेल आणि तुलाही तुझ्या प्रश्नाचं उत्तर मिळतील की तिचं तुझ्यावर प्रेम आहे की नाही मग तर तिला प्रपोज करशील ना?" मयूर म्हणाला

"हो अगदी त्याच क्षणी" अद्वैत थोडा खुश होतं म्हणाला.

वर्तमानकाळ

"अच्छा असं आहे तर?" अंजली अद्वैत आणि मयूर कडे डोळे बारीक करत म्हणाली कारण अद्वैतच्या तोंडुन अनन्याची स्तुती ऐकुन तिला किती जेलेस वाटत होतं, तिला किती त्रास होत होता हे तिलाच माहीत होत.

"सॉरी अंजु, तुला त्रास नव्हता द्यायचा पण तुझ्या मनात माझ्या बद्दल काय भावना आहे जाणून घेण्यासाठी हे नाटक होतं" अद्वैत कान पकडत म्हणाला

"असू दे" म्हणतं अंजलीने हसतच त्याचे हात खाली घेतले.

"थँक्स यार मयूर, पण तु खरंच अंजलीला लाईक करत होतास मग तरीही आमची मदत का केली?" अद्वैतने विचारलं.

"कारण एक जुना पण महत्वाचा डायलॉग आहे, लग्न ज्याच्यावर आपलं प्रेम आहे त्याच्यासोबत नाहीतर ज्यांचं आपल्यावर प्रेम आहे त्याच्यासोबत करावं. अंजलीच तुझ्यावर प्रेम आहे मग मी कसं तिच्यासोबत लग्न करणार? तुम्ही दोघेच एकमेकांसाठी योग्य आहात" मयूर हसतच म्हणाला.

पण मनात कुठे तरी अंजली त्याची नाही झाली याचं दुःख होत पण ते तिच्या आनंदापुढे काहीच नव्हतं.

अंजली आणि अद्वैतने काही वेळ बोलून मयूर चा निरोप घेतला.

मयूर अजूनही दोघांना जाताना पाहत होता.

काही वेळाने त्याची बाजूला नजर गेली तर अनन्या तिथेचं बसली होती.

"तु अजून इथेच आहेस?" मयूरने अनन्याला विचारलं.

"हम्म. वाट बघत होते तुझी?" अनन्या त्याच्याकडे एकटक लावून बघत म्हणाली.

मयूरला समजतं नव्हतं ती अशी का बघतेय?

"अशी का बघतेस, चेहऱ्याला काही लागलं आहे का?" मयूरने चेहऱ्यावर हात फिरवत विचारलं.

"विचार करतेय तुझ्या सोबत लग्न करावं?" अनन्या म्हणाली.

ही डायरेक्ट येऊन लग्नाचं बोलतेय म्हणल्यावर बिचारा गोंधळला.

"काय? असं मध्येच तूला कशी उपरती झाली?" मयूरने विचारलं

"जो मुलगा आपल्या प्रेमाचा एवढा विचार करतोय, असा मुलगा माझ्यावर प्रेम करू लागला तर किती भारी होईल ना?" अनन्या हसत म्हणाली.

"आणि मी नाही म्हणालो तर?" मयूरने हाताची घडी घालत विचारलं.

"आता गप्पपणे हो म्हण, आता तर डायलॉग मारला ना, ज्यांचं आपल्यावर प्रेम असतं त्याच्यासोबत लग्न करावं मग मी म्हणतेय ना आय लव्ह यु " अनन्या मयूरला धमकावत म्हणाली.

"पण अस अचानक?" मयूरने विचारलं.

"अचानक नाही, आधीच प्रेम करत होते तुझ्यावर, पण तुझं अंजलीवर प्रेम आहे हे कळलं म्हणून गप्प होते. तुझा मोकळा स्वभाव, सगळ्यांना आनंदी ठेवण्याची तुझी धडपड मनाला खुप भावली. श्रीमंत असून कुठेही तू दाखवून देत नव्हतास" अनन्याने सांगितलं.

"ओहह... असं आहे तर" मयूर जरा मान हलवत म्हणाला.

"आता लवकर हो म्हण नाहीतर?" अनन्या त्याला पुन्हा धमकावत म्हणाली.

"नाही तर काय?" मयूरने दोनीही हात कंबरेवर आणि एक भुवई उंचावत विचारलं.

"नाहीतर मी तुझ्या घरी जाऊन सांगेल तुमच्या मुलाने मला फसवलं, मी आई होणार आहे त्याच्या मुलाची आणि आता तो लग्नाला नाही म्हणतोय" अनन्या ड्रामा करत म्हणाली आणि बिचारा मयूर ते पाहून शॉक झाला.

त्याचा चेहरा पाहुन अनन्या हसु लागली आणि नंतर मयूर ही हसु लागला.

हसता हसता कधी ती त्याच्या मिठीत गेली तिलाही समजलं नाही लक्षात आल्यावर ती बाजूला व्हायला गेली तर त्याने तिला घट्ट पकडलं.
"काय मॅडम? आता नाही दूर व्हायचं. आता या मिठीतुन तुमची सुटका नाही" मयूर तिला घट्ट मिठीत घेऊन तिच्या कपाळावर ओठ टेकवत म्हणाला.
अनन्याने मयूरला अंजलीच्या प्रेमासकट त्याला स्वीकारलं.
समाप्त.

3

फॅनगर्ल

"राधाक्का आरतीचं ताट तयार करुन ठेवलंत का?" मिसेस देवधर साडीच्या नीरा नीट करत पायऱ्यांवरून खाली उतरत त्यांच्या घरी कामाला असणाऱ्या राधाक्काना म्हणाल्या.

"व्हय वहिनीसाब समदं तयार हाय, तुम्ही आज लय छान दिसायला" राधाक्का म्हणाल्या.

"काही पण तुझं? तुझ्या साहेबांच्या पुढे मी काहीच नाही." मिसेस देवधर म्हणाल्या.

"वहिनीसाब तुमी का नाय गेलात सायबांच्या संग?" राधाक्काने विचारलं.

"मी गेले असते तर त्यांच्यासाठी येवढा घाट केलाय तो कुणी केला असता?" मिसेस देवधर डायनिंग टेबलकडे हात दाखवत म्हणाल्या.

त्याचवेळी मुंबईतील षण्मुखानंद सभागृहात-

"आणि आता वेळ झाली आहे आपल्या पुढच्या पुरस्काराकडे वळण्याची. ह्या वर्षीचा महाराष्ट्र गौरव पुरस्कार मिळत आहे अश्या अभिनेत्याला ज्यानी त्यांच्या कारकिर्दीत यशाच्या शिखरावर स्वतःची जागा कायम ठेवली पण त्यासोबत आपले पाय मात्र जमिनीवरच रोवून ठेवले आहेत. अपयश आले तरी त्याला मागे सारून पुन्हा नव्याने चालत राहिले आणि यश संपादन करत राहिले. मेहनत केली की फळ मिळते हे सरांच्या कारकिर्दीकडे बघून कळतं. कधीही आपल्या कारकिर्दीला तिळायेवढाही डाग लागू दिला नाही. सोबतच आपल्या सहकार्यांना नेहमीच आपुलकीने प्रेमाने वागणूक दिली मग ती सहअभिनेत्री असो की चित्रीकरणादरम्यान असणारे त्यांचे सहकारी! त्यांनी प्रत्येकाला सांभाळून घेतलं. माझे आणि इथे जमलेल्या तरुण पिढीचे आदर्श असे सगळ्यांचे लाडके चिरतरुण

अभिनेते श्री. सारंग देवधर!" सारंग यांचं नाव घेताच सभागृहात उपस्थित असलेला प्रेक्षकवर्ग त्यांच्या प्रति असलेला आदर दर्शविण्यासाठी उभा राहिला आणि टाळ्या वाजवू लागला.

"मी श्री सारंग देवधर यांना विनंती करतो की त्यांनी कृपया व्यासपीठावर यावं आणि हा सन्मान स्वीकारावा. कृपया सगळ्यांनी त्यांच्या प्रति असलेलं प्रेम असचं टाळ्यांच्या गडगडाटाने व्यक्त करत रहावे." निवेदकाने असे सांगितल्यावर सारंग उभे राहिले तसे पूर्ण सभागृह फक्त टाळ्या आणि सारंग ह्यांच्या नावाच्या जल्लोशाने भरले.

टाळ्यांच्या गडगडाटच्या आवाजाने आणि प्रेक्षकांचं प्रेम बघून त्यांना एका पत्रात वाचलेलं वाक्य आठवलं "सारंग भविष्यात तुम्ही जेव्हा केव्हा हा पुरस्कार स्वीकारालं तेव्हा पूर्ण

सभागृह टाळ्यांनी गजबजलेलं असेल आणि तो क्षण सगळ्यात

अविस्मरणीय असेल."

सारंग गालात हसतच उठून उभे राहिले आणि प्रेक्षकांकडे वळले आणि कमरेत वाकून त्यांना नमस्कार करुन व्यासपीठावर आले.

व्यासपीठावर उभ्या असलेल्या मान्यवरांचे आशीर्वाद घेऊन सारंगने मान्यवरांच्या हस्ते पुरस्कार स्वीकारला. टाळ्यांचा आवाज काही केल्या थांबत नव्हता, त्यांना काही क्षण काय बोलावं? कसं व्यक्त व्हावं? काहीच कळेना ते पूर्णपणे भावनाशून्य झाले होते. ते कितीतरी वेळ त्या हातातील पुरस्काराकडे बघत होते.

"सारंग देवधर सारंग देवधर." प्रेक्षकांचा आवाज आला तसे ते भानावर आले.

"ह्या सुंदर कलाकृतीला हातात घेऊन माझं आयुष्य धन्य झालं आहे असं वाटतंय. काय बोलू काही सुचेना?" सारंग यांनी हातातील पुस्काराकडे बघत हसतच म्हटले.

"तुम्हा सगळ्यांचे मनापासून धन्यवाद! तुमच्याशिवाय हे सगळं अपूर्णच आहे. तुमचं प्रेम आणि आशीर्वाद नसते तरं माझ्याकडून हे झालंच नसतं त्यामुळे खरंच धन्यवाद आणि असचं तुमचं प्रेम माझ्यावर कायम राहू दया आणि हो आज एका खास व्यक्तीचेही आभार मानायचे आहेत. त्या व्यक्तीने आकार नसलेल्या माझ्या आयुष्याला एक आकार दिला. माझ्या आयुष्यातील अशी व्यक्ती ती जर माझ्या आयुष्यात नसती तरं, तुम्ही म्हटल्याप्रमाणे (निवेदकाकडे बघत) मी जमिनीवर पाय ठेवून राहिलोच नसतो, कुठेतरी बसलो असतो, समजून जा." ते हसतच म्हणाले आणि पूर्ण सभागृहात एक हास्याची खसखस पिकली.

"म्हणतात की प्रत्येक यशस्वी पुरुषाच्या मागे एक खंबीर स्त्री असते तशीच माझ्या यशामागे पण एक स्त्री आहे. माझ्या आयुष्यातील यशामध्ये सगळ्यात मोठं श्रेय तिचे आहे आणि माझ्या आयुष्यातील "ती" म्हणजे माझी "फॅनगर्ल" तिच्या प्रेमामुळे आणि तिच्या अप्रत्यक्ष सोबतीमुळे मी आज इथं आहे. आणि अजून एक व्यक्ती ती म्हणजे माझ्या बाजूला उभे आहेत ते माझे मित्र आणि माझे निर्माते - दिग्दर्शक श्री. साने त्यांचेही खुप खुप आभार. परत एकदा तुम्हा सगळ्यांचे धन्यवाद! तुमचे प्रेम असेच राहु द्या." येवढ बोलून सारंग देवधर खाली त्यांच्या जागेवर येऊन बसले आले पण सभागृहात अजूनही टाळ्या वाजतच राहिल्या होत्या.

समारंभ संपला सगळ्यांनी त्यांच्याजवळ येऊन त्यांचे अभिनंदन केले आणि आपआपल्या मार्गाने घरी निघाले. सारंग यांनी त्यांची फोर्ड गाडी आणली होती, त्यात बसून ते घरी निघाले. रस्त्यात एका बागेजवळ पोहोचले जिथे त्यांना त्यांची फॅनगर्ल भेटली होती. तिथे एक फेरफटका मारून ते गाडीत येऊन मागच्या सीटवर बसून समाधानाने डोळे मिटले अन ते भूतकाळात हरवले.

साधारण वीसवर्षांपूर्वी..

शिवाजी पार्कमधील एका टुमदार बंगल्यात प्रतीक साने आत येत वॉचमनजवळील पत्र गोळा करून आत आला.

"दादा चहा घेणार कि कॉफी?" तिथे कामाला असणाऱ्या सदा काकांनी प्रतीकला विचारले.

"गुड मॉर्निंग काका, मला चहा द्या आणि साहेब उठले का? त्यांना त्यांचं नेहमीच पेय घेऊन या?" प्रतीक हसत म्हणाला.

"बरं दादा आणतो लिंबूपाणी" काका हसत म्हणाले आणि किचनमध्ये गेले.

प्रतीक पायऱ्या चढून वर जावू लागला तसा त्याला सारंगच्या रूममधून गाण्यांचा आवाज आला त्याने नकारार्थी मान हलवली आणि सारंगच्या रूममध्ये आला. टेंपरेकॉर्डरवर एक गाणं चालू होत.

"जीवन गाणे गातच जावे..

झाले गेले विसरुनी जावे पुढे पुढे चालावे.."

"गुड मॉर्निंग सारंग आणि काय रे किती वेळ हेच गाणं ऐकणार?" प्रतीक त्याचा टेपरेकॉर्डर बंद करत विचारले.

"गुड नाईट. जोपर्यंत माझं मन भरत नाही तोपर्यंत आणि माझं मन कधी भरेल हे तुला माहित आहे." सारंग उशीतून डोकं वर काढत म्हणाला. प्रतीकने पूर्ण रूमवर नजर फिरवली सगळीकडे कपडे आणि कागद विखूरली होती.

"गुड नाईट काय? गुड मॉर्निंग म्हण आणि आता उठ चल. केवढा पसारा करून ठेवला आहेस? उठ आणि आवर तो आधी, आणि जरा हे कमी कर" प्रतीक ऐश्ट्रेकडे आणि बाटलीकडे रागाने बघत थोडं वैतागत म्हणाला.

"बघू सोडेल लवकरच, फक्त" एवढंच बोलून त्याने पुन्हा डोळे मिटले.

"सारंग एक मॅनेजर ठेव रे, जो तुझं सगळं काम बघेल. मला नाही जमत रे तुझं ऑफिस आणि तुझ्या चित्रीकरणाच्या वेळा सांभाळणं" प्रतिक सारंगची श्येड्युलची फाईल चेक करत म्हणाला.

प्रतीक साने सारंगचा कॉलेजपासूनचा मित्र, सारंगला अभिनयाची आवड होती आणि प्रतीक अभ्यासात हुशार होता. दोघेही कॉलेजपासून एकमेकांचे जिगरी. प्रतीकलाही तशी अभिनयाची आणि दिग्दर्शनाची आवड होती पण घरच्या परिस्थितीमुळे त्याने त्याची आवड बाजूला ठेवली. सारंगच्या वडिलांचा मटेरियल सप्ल्यायरचा बिझिनेस होता. सारंगला नाटक आणि सिनेमामुळे ते सांभाळणं जमत नव्हतं म्हणून त्याने प्रतीकच्या हाती बिझिनेस सोपवला जेणेकरून त्याचा बिझिनेस एक भरवशाचा माणूस सांभाळेल.

"हम्म. बघू" सारंगने येवडंच उत्तर दिले आणि पुन्हा उशीत डोकं घालून झोपून घेतलं.

"तुझं काय चालू आहे मी उठवतोय आणि तू झोपतोय? उठ आधी मला सांग तुला मी काही जणांचे बायो डेटा पाठवले होते ते तू चेक केलेस का?" प्रतीकने त्यांच्या अंगावरची चादर ओढत विचारले.

"हो चेक केले, एकही धड नाहीत. तुला आधीच सांगितलं आहे मला कुणी प्रोफेशनल मॅनेजर नको, जो मला मशीन बनवेल, साधा कुणी ठेव." सारंगने आळस देत येवढंच उत्तर दिलं.

"सारंग किती दिवस असा राहणार आहेस, आयुष्य वाट बघतंय तुझी, चल पुढे" प्रतीक म्हणाला पण सारंगने दुसरीकडे तोंड फिरवलं. प्रतीक समजून गेला हा काही बोलण्याच्या किंवा ऐकण्याच्या मनस्थितीत नाही.

"बरं मी निघतो आणि जमलं तरं ऑफिसला ये थोडं काम आहे आणि हो तुझे खूप सारे पत्र आले आहेत तुझ्या चाहत्यांनी पाठवले आहेत ते वाचून घे." प्रतिकने सारंगला टेबलवर ठेवलेल्या पत्राकडे खुणावत सांगितलं आणि तो ऑफिसला निघून गेला.

काकांनी लिंबुपाणी आणून दिलं ते पिऊन तो बाल्कनीत बसला. आज कुठे चित्रीकरण नव्हतं म्हणून तो निवांत होता. मागील तीन महिन्यांपासून बिना सुट्टी घेता तो प्रतिकच्या मदतीने एकट्याचा सगळा दिनक्रम बघत होता.

थोड्यावेळाने स्वतःचं आवरून हातात कॉफ़ीचा कप घेऊन तिथल्या टेबलवर असलेली पत्र त्याने चाळली आणि पुन्हा त्याच्या बॅगेत ठेवली.

थोड्यावेळाने सारंग त्याच्या ऑफिसला पोहोचला. सगळ्यांना विश करून तो प्रतीकच्या केबिनच्या दिशेने निघाला. प्रतिकच्या केबिनमध्ये जाऊन त्याचा दरवाजा उघडून तो आत गेला तर त्याला प्रतीकच्या केबिनमध्ये एक गुलाबी रंगाचा पंजाबी सूट घातलेली, छान लांब केसांची हलकीशी वेणी आणि त्यावर अबोलीच्या फुलांचा गजरा घातलेली मुलगी खुर्चीवर बसलेली दिसली. तो दबक्या पावलांनीच आत येऊन समोर बसला आणि तिला पाहतच राहिला. तिचे डोळे झाकलेले होते, एका हातात कागद आणि दुसऱ्या हातात पेन्सिल होती. ती कसला तरी विचार करतच बडबड करत होती. सारंग तिच्या ओठांची हालचाल टिपत होता. उभ्या चेहऱ्याची सावळया रंगाची, रेखीव भुवयांची, ओठांना लिपस्टिक नव्हती ना दुसरा काही मेकअप तरीही ती सुंदर दिसत होती. तो तिला पाहतच राहिला. तिला काहीतरी आठवलं तसे तिने तिचे डोळे उघडले तर समोर सारंगला बघून घाबरली, पण तिने तसं दाखवलं नाही.

ती पटकन उभी राहिली "ओ मिस्टर, कोण आहात तुम्ही आणि इथे काय करताय? परवानगीशिवाय कुणाच्याही केबिनमध्ये यायचं नसतं एवढे साधे मॅनर्स नाहीत का तुम्हाला?" ती मुलगी म्हणाली.

"मला इथे कुठेही जायला किंवा यायला कुणाच्याही परवानगीची गरज नाही " सारंग तिच्याजवळ येत म्हणाला.

त्याला असं जवळ येताना बघून त्या मुलीने सारंगला मारण्यासाठी टेबलवर असलेली फाईल उचलली, "ओ मिस्टर तुम्ही असे कसेही नाही येऊ शकत? जा बाहेर ही प्रतिकसरांची केबिन आहे, ते आले की या?" ती आवाज वाढवून म्हणाली पण सारंग तर तसाच तिच्याकडे एकटक पाहत होता.

मीरा सारंगला मारायला फाईल त्याच्यावर उगारणार तोच "अगं ये मीरा थांब काय करते?" प्रतिकने दरवाजातून आत येताना आवाज दिला तशी ती जागेवर थांबली, सारंगने वळून दरवाज्याकडे पाहिलं.

"नशीब लवकर आलास नाहीतर ह्या पोरीने आज माझा जीव घेतला असता?" सारंग नाटकी स्वरात प्रतीककडे जातं म्हणाला.

मीराने एक रागीट कटाक्ष सारंगवर टाकला, तिच्या नजरेने प्रतिक समजून गेला सारंगने तिला त्रास दिला ते.

"काय झालं का मारते त्याला?" प्रतिकने सारंगचा हात पकडून आत येत विचारलं.

"सर हे गृहस्थ इथे अचानक येऊन बसले आणि विचारलं तर नीट काही सांगत नव्हते, ह्यांना सांगितलं की सर येतील तेव्हा या तर हे अजूनच जवळ येण्याचा प्रयत्न करू लागले म्हणून मी फाईल त्यांच्यावर उगारली. ही तुमची आणि तुमच्या मित्राची केबिन आहे ना मग कुणालाही मी कसं बसू देऊ?" मीराने थोडक्यात प्रतिकला सांगितलं. तिच्या अश्या बोलण्यावर प्रतिक आणि सारंग दोघांनीही एकमेकांना हसतच टाळी दिली, त्या दोघांना असं हसताना बघून मीराचा मात्र गोंधळ उडाला.

"तू याला ओळखत नाही का?" प्रतीकने विचारलं

तिने "चक.." आवाज करत नकारार्थी मान हलवली.

"अगं ही केबिन ज्याची आहे तू त्यालाच मारतेय? हा माझा मित्र सुप्रसिद्ध अभिनेता सारंग देवधर आणि हे जे ऑफिस आहे ना हे त्याचेच आहे, त्याला चित्रपटातून वेळ मिळत नाही म्हणून मी सांभाळत आहे" प्रतिकने मीराला सांगितलं.

"ओह सॉरी! सर मला माहित नव्हतं." मीरा थोडं ओशाळुन म्हणाली.

"असू द्या, तुम्ही सिनेमा किंवा टीव्ही नाही पाहत का?" सारंगने टेबलवर बसत विचारलं.

"नाही सर, मला विशेष आवड नाही आणि प्लिज तुम्ही खुर्चीवर बसा असं टेबलवर नका बसू तिथे कामाविषयीं आपण बोलतो ना" मीरा म्हणाली तसं प्रतिक गालातच हसला आता सारंगला शिकवायला कोणीतरी भेटल्याचा आनंद झाला त्याला. सारंगने एक नजर तिच्याकडे बघत लगेच प्रतिककडे बघितलं तर तो गालातच हसत होता.

"प्रतिक, तू माझी ओळख करून दिलीस पण ह्यांची ओळख नाही सांगितलीस?" सारंगने टेबलवरून उठून खुर्चीवर बसत विचारलं.

"अरे हो सांगायचं विसरलो. ही मीरा देसाई, माझी नवीन असिस्टंट आहे, खूप छान काम सांभाळते. नवीनच आहे म्हणजे दोन महिने झाले आहेत. हुशार आणि वक्तशीर आहे. मीराची सगळी काम एकदम परफेक्ट असतात" प्रतिक मीराची तारीफ करत म्हणाला.

"धन्यवाद सर" मीरा गालात हसतच म्हणाली.

"व्हेरी गुड. मग एक काम कर हिला आजपासून माझी असिस्टंट बनव, मला खरचं गरज आहे अश्या एका असिस्टंटची असं तू म्हणाला होतास ना मग हिलाच बनव माझी असिस्टंट, मिस मीरा तुम्ही कुठे राहता?" सारंगने विचारलं.

"मी प्रभादेवीला राहते." मीराने सांगितलं

"अरे वाह मस्तच मी शिवाजी पार्कमध्ये म्हणजे तुम्हाला जवळच आहे. तुम्ही उद्या सकाळी प्रतिकसोबत घरी या. तो सुरुवातीला तुम्हाला नक्की काय काम करायचं सांगेल नंतर प्रतिकने ज्याप्रमाणे तुमची तारीफ केली आहे त्यावरून तुम्ही छान मॅनेज कराल ह्याची खात्री आहे" सारंग म्हणाला. प्रतिकला काही बोलता येत नव्हते कारण हे सारंगचेच तर ऑफिस होते.

"ठिक आहे, प्रतिक सर म्हणतील तसं?" मीरा म्हणाली

सारंग आणि मीराने प्रतिक काय म्हणतो हे बघण्यासाठी प्रतिककडे पाहिलं.

"माझीही काही हरकत नाही. ठीक आहे तू सकाळी आठ वाजता सिद्धिविनायक मंदिराजवळ भेट. मी तुला याच्या घरी घेऊन जातो. मीरा पण जरा सांभाळून हा, हा खुप आळशी माणूस आहे, ह्याला सगळं हातात द्यावं लागेल आणि ह्याच्याकडून काम करवून घ्यावी लागतील तुला" प्रतिक हसतच म्हणाला.

सारंगने एक रागीट कटाक्ष टाकताच "अरे गंम्मत करत होतो तू काय चिडतो?" प्रतिक सारवा सारव करत त्यांच्या खांद्यावर हात टाकत म्हणाला.

"आणि खुप चांगला माणुसही आहे, आज मी जो काही आहे ते फक्त ह्याच्यामुळे आहे" प्रतिक म्हणाला.

" ऑफिसला बोलावून टोमणे मारतो का?" सारंग म्हणाला.

"नाही रे बस कॉफी मागवतो?" प्रतिक म्हणाला.

सारंगने घड्याळाकडे पाहिलं "नको आता कॉफ़ी, चला मी निघतोय, प्रतिक हिला वेळापत्रक नीट सांग आणि पगार पण वाढवून दे" सारंग येवढ बोलून निघू लागला तोच प्रतीकने अडवलं.

"अरे तुला काम आहे म्हणून बोलावलं आहे आणि तू कुठे निघालास?" प्रतीक म्हणाला

"ओह, ह्या मिस मीरामुळे मी विसरलो कि माझं काही काम होत म्हणून" सारंग मीराकडे बघत हसत म्हणाला.

मीराने मनातूनच चार पाच पुष्प सुमने सारंगवर टाकली.

प्रतीक आणि सारंगने त्यांचं काम उरकलं आणि मग सारंग निघून गेला.

मीराला घराच्याजवळ काम मिळणार होत आणि वरून पगार वाढवून मिळणार होता म्हणून ती ही हे काम करायला तयार झाली.

मीरा ऑफिस सुटल्यावर तिची महत्वाची काम संपवून घरी गेली.

दुसऱ्या दिवशी ठरल्याप्रमाणे प्रतिक आणि मीरा सारंगच्या घरी पोहोचले.

मीराला बघून काकांनी प्रतीकला खुणावून विचारलं "ही कोण आहे म्हणून?"

प्रतिकने ओळख करून दिली "काका ही मीरा, सारंगची नवीन सेक्रेटरी" मीराने काकांना हात जोडून नमस्कार केला.

काकांनी पण तिला नमस्कार केला.

"मीरा तू खालीच थांब मी सारंगचं आवरलं का बघून येतो?" प्रतिकने मीराला सांगितलं.

"ठीक आहे मी बसते इथे" मीरा म्हणाली आणि तिथे असलेल्या सोफ्यावर बसली.

"काका तिला चहा कॉफी बघा?" प्रतीकने काकांना सांगितलं आणि सारंगकडे गेला.

"उठा साहेब आज शूटिंगला जायचं आहे की नाही?" प्रतिकने त्याच्या अंगावरील ब्लँकेट ओढत म्हटलं सारंगने डोळे किलकिले करुन पाहिलं तर समोर प्रतिक त्याला उठवत होता.

"चल उठ बघू नको असं मीच आहे, तुझा आलाराम काका. दहा वाजताची शिफ्ट आहे गोरेगाव फिल्मसिटीमध्ये आणि नंतर सहा वाजता एका सोनाऱ्याच्या दुकानाच्या उदघाटन सोहळ्याला जायचं आहे." प्रतिकने सारंगला त्याचा आजचा दिनक्रम सांगितला आणि सारंगने समोरच्या भिंतीवरच्या घड्याळात पाहिले आणि आळस देतच उठून ब्रश करायला गेला.

"जरा उशिरा येता येत नव्हतं का? नेहमी माझी झोप मोडायला येतोस?" सारंग आळसावल्या आवाजात त्याला म्हणाला

"आलो असतो रे पण हा आलाराम काका म्हणाला जोपर्यंत तुझं लग्न होत नाही तोपर्यंत मलाच तूला उठवायचं आहे म्हणून म्हटलं चला साहेबाना उठवूया, त्यांना पण कामाला जायचं आहे, म्हणून आलो आहे" प्रतिक त्याला चिडवत म्हणाला

"आणि आता मीरा आली आहे तुझं सगळं काम सांभाळायला तरं ती सांगेल तसं कर. तसंही तिला तुझ्यावर ओरडायची, तुला दम देण्याची पूर्ण परवानगी मी दिली आहे" प्रतिक हसतच म्हणाला तसं सारंगने हातातला कोलगेटचा डबा त्याला फेकून मारला, प्रतिक सावधच होता म्हणून सारंगचा निशाणा चुकला.

"आणि अजून एक ती खुप डेंजर आहे, त्यादिवशी सावंतकाकांना खुप ओरडली कारण काय तरं ते त्यांचं काम सोडून इतरांशी गप्पा मारत बसले होते. पण तिच्या कर्तव्यदक्षतेमुळे हातातील एक टेंडर आणि ऑर्डर जाता जाता राहीली" प्रतिकने तिची कामाबद्दल असलेली तिची निष्ठा सांगितली.

तिथे टेबलवर काही पत्र आणि बऱ्याच गोष्टीं पडल्या होत्या, प्रतिकने जाऊन त्या उचलून पहिल्या.

"काल आले का तिचे पत्र?" प्रतिकने उत्साहात विचारले

"नाही! ही जुनीच आहेत. तिचं पत्र तिच्या आठवणीत परत परत वाचतोय. कुठे असेल रे ती?" नाराज असलेल्या सारंगने विचारलं.

"ती ना तुझ्या हृदयात आहे" प्रतिक त्याला चिडवत म्हणाला तसं सारंगने प्रतिकच्या पोटात एक बुक्का मारला.

"आई ग लागलं ना?" प्रतिक कळवळत म्हणाला तसा सारंग जोरात हसला.

"तुला कळलं का हे कुठून पाठवत आहे ते? म्हणजे कोण आहे तिचं नाव गाव वगैरे काही?" प्रतिकने विचारलं.

"नाही ना, मी पोस्टात जाऊन चौकशी केली पण दरवेळी वेगवेगळ्या ठिकाणाहून ती पत्र पोस्टात टाकते. फक्त एवढं समजलं ती इथलीच म्हणजे मुंबईची आहे कारण सगळी पत्र मुंबईच्या आवरातूनच आलेली आहे आणि ती माझ्यावर नजर ठेवून आहे, तिला माझ्या बारीक हालचाली माहित आहेत" तिथलं एक पत्र हातात घेत सारंग म्हणाला.

"ओह. तरं ही मुलगी एक जासूस आहे" प्रतिक त्याला चिडवत म्हणाला.

"प्रतिक तुला माहित आहे, मी माझ्या आयुष्यात कशाचीच एवढी वाट पाहिली नसेल जेवढी मी दर आठवड्याला तिच्या पत्रांची पाहतो, पण एक महिना झाला ती पत्रच पाठवतं नाहीये. खुप अस्वस्थ वाटतं आहे रे मला. का कोण जाने तिच्याविषयी ओढ वाढत चालली आहे? कधी एकदा ती समोर येते आणि मी तिला पाहतोय असं झालंय" सारंग तिच्या पत्राकडे एकटक पाहत म्हणाला.

"ओ... हो.. साहेब प्रेमात पडले आहेत तरं तिच्या?" प्रतिकने त्याला चिडवलं.

"काय माहित पण ती कशी असेल रे? माझ्या सारख्या बिघडलेल्या दारूच्या मागे लागलेल्या माणसाला तिने पुन्हा माणसात आणून जगायला शिकवलं. एका चित्रपटाच्या अपयशाने खचलो होतो, त्यात प्रेमातही हरलो होतो. पण तिच्या येणाऱ्या पत्रांना वाचून मी पुन्हा जगू लागलो. एक हुरूप येत होता जगण्यात आणि त्यानंतर मी हरलोच नाही, आज जे काही आहे ते फक्त तिच्यामुळे आहे. ती कशी असेल? कोण असेल? काही माहित नाही तरीही ती आजूबाजूला असल्याचा भास मला होतो. मी तर तिच्याबरोबर कल्पनेच्या जगात वावरू लागलोय हल्ली. माझी फॅनगर्ल कधी माझ्यासमोर येईल रे?" सारंग उठून त्याच्या बाल्कनीतल्या त्या गुलाबाच्या रोपाकडे बघत हसतच बोलला, तिने पत्रात म्हटलं होतं फुलांना पाहुन टवटवीत वाटते म्हणून त्यानेही वेगवेगळ्या प्रकारची फुलझाडे घराभोवती

सजवली होती आणि तितक्यात दरवाजावर थाप पडली, दोघांनीही आवाजाच्या दिशेने पाहिलं तरं समोर मीरा उभी होती.

सफेद रंगाचा चुडीदार, सप्तरंगी बांगड्या, कोरीव भुवयांच्या मध्ये लाल रंगाची छोटी टिकली आणि लांब केसांत चाफ्याचं फुल, डोळ्यात हलकीच काजळाची रेघ, ओठांवर लिपस्टिक नव्हती पण तरीही तिचे ओठ गुलाबी वाटतं होते. सारंग तरं भान हरपून तिला पाहत राहिला.

पुन्हा दरवाजावर थाप पडली तसा तो भानावर आला "गुड मॉर्निंग सर." मीरा म्हणाली

"गुड मॉर्निंग, काय झालं?" सरांगने विचारलं

"सर ते तुम्हाला उशीर होत आहे ना? प्रतिकसर म्हणाले होते की दहा वाजताची शिफ्ट आहे, आता साडे आठ वाजलेत, तुमचं आवरेपर्यंत साडेनऊ होतील" मीराने आठवण करून दिली.

"अरे हो विसरलोच मी, बरं झालं तू आलीस, ह्या प्रतीकमुळे सगळा टाइमटेबल बिघडला. तू थांब खाली, मी लगेचच आलो आवरून" सारंग मीराला म्हणाला.

"प्रतिक येवढ उचलून माझ्या बॅगेत ठेव" सारंग प्रतिकला सूचना देऊन अंघोळीला निघून गेला.

प्रतिकने त्याची रूम आवरून दिली आणि खाली आला. त्याने मीराला सारंगचा पूर्ण दिनक्रम सांगितला सोबत त्याच्या खाण्यापिण्याच्या वेळा सगळं सांगितलं. सारंगला दारू आणि सिगारेटच व्यसन होत. पण तो कामाच्यावेळी आणि कुणी महिला सोबत असेल तर तो व्यसन करत नाही हेही सांगितलं.

प्रतिक मीराशी बोलून निघून गेला. सारंग येईपर्यंत मीरा त्याचं घर पाहत होती. सारंगचं घर म्हणजे एक दुमजली ऐसपैस बंगला होता. बंगल्यात फक्त वेगवेगळ्या प्रकारच्या फुलांची आणि वेगवेगळ्या रंगांच्या गुलाबांची बाग होती ते बघून मीराला खुप छान वाटलं. एवढ्या मोठ्या घरात फक्त तो एकटाच राहायचा. त्याचे आईवडील कोकणात रहायचे, त्यांना शहरी वातावरण अजिबात सहन व्हायचं नाही त्यामुळे त्यांनी तिथेच राहणे पसंद केले.

मीरा भिंतीवर असलेला त्याचा नवीन फोटो पाहत होती. त्याच्याकडे सगळं होतं पण तरीही त्याच्या डोळयात एकटेपणा दिसला, नंतर बाजूला एका हातात एक करंडक घेतलेला फोटो पहिला तो त्याच्या कॉलेजमधला असावा असं तिने अंदाज बांधला.

"तो मी कॉलेजमध्ये असताना अभिनयात प्रथम पारितोषिक मिळालेलं तेव्हाचा फोटो आहे" सारंग मागून येत म्हणाला.

"खुप छान फोटो आहेत" मीरा म्हणाली.

"थँक यू, काही खायचं असेल तरं काकांना सांगत जा ते देतील बनवून" सारंग सोफ्यावर बसत म्हणाला.

"धन्यवाद.. नक्कीच सांगत जाईल" मीरा म्हणाली आणि ती पण त्याच्या समोरच्या सोफ्यावर बसली.

तिथे जेवण बनवणाऱ्या काकांनी त्याला कॉफ़ीचा कप हातात दिला.

"काका मी निघतोय आता, जेवणाचा डबा दुपारी पाठवून दया" सारंग काकांना म्हणाला.

"बाबा काहीतरी खाऊन घ्या अस उपाशी पोटी नका जावू. एकतर रात्री पण जेवला नाहीत, अस नका करू" ते काका म्हणाले.

"काका भूक नाही" सारंग म्हणाला

"अस कसं जमेल बाबा, अस उपाशी राहून काही होत नाही मी आलोच, पोहे केलेत ते तुम्ही खाऊन जावा" काका सांगून स्वयंपाकघरात गेले.

"काका.." सारंग आवाज देत होता पण काका तोपर्यंत आत पोहोचले.

"सर! काका बरोबर बोलत आहेत अस उपाशी पोटी राहू नये, अश्याने लक्ष्मी रुसते" मीरा हे बोलली आणि त्याला पत्रातील फॅनगर्लच वाक्य आठवलं. "उपाशी राहील की आपली चिडचिड होते आणि घरातील चिडचिडपणामुळे घरातील शांती कमी होते आणि लक्ष्मी रुसते"

एक महिना झाला त्या मुलीची पत्रचं आली नव्हती म्हणून तो नाराज झाला होता त्यामुळे त्याच कशात मन लागत नव्हतं. तो फक्त तिचाच विचार करत होता. ज्यामुळे तो पुन्हा जगायला शिकला तिचं मुलगी पुन्हा त्याला एकट्याला सोडून गेली ह्या गोष्टीचा त्याला त्रास होत होता.

दोघांच्या आग्रहामुळे सारंगने नाश्ता केला आणि चित्रीकरणासाठी निघून गेला.

असेच काही महिने निघून गेले, मीरा सारंगच काम छान सांभाळत होती. त्याच्या खाण्या पिण्याचं वेळापत्रक असो किंवा कोणत्याही चित्रपटाचं कॉन्ट्रॅक्ट वाचून त्यातील त्रुटी सांगणे सगळं काही योग्यरित्या मीरा बघत होती. ह्या गोष्टीचा सारंगला खुप फायदा झाला.

सारंग त्याच्या अभिनयाने सगळ्यांचं मन जिंकत होता त्याने वर्षभरात केलेले दोनीही चित्रपट यशस्वी ठरले होते. सोबत त्याला उत्कृष्ट अभिनयाच बक्षीसही मिळालं होत. मीरा कायम सोबत होती त्यामुळे त्याच व्यसनही कमी झालं होत.

एवढं यश समोर असतानाही त्याला नेहमी ती आठवायची पण तिच्यापर्यंत पोहचण्याचा काहीच मार्ग मिळत नव्हता.

ड्रायव्हरने घरी पोहचल्याचं म्हटलं आणि सारंग देवधर भानावर आले. सारंग हलकेच गालात हसले. आज वीस वर्षे उलटली होती त्या घटनेला तरीही तो काळ अजूनही तसाच आठवत होता.

आपल्या ब्लेझरचे बटन सैल करत ते आत आले.

"मिसेस देवधर! कुठे आहात तुम्ही?" त्यांनी हॉल मधूनच त्यांनी आपल्या पत्नीला आवाज दिला.

"मला कशाला आवाज देताय? तुम्हाला तर आजही तुमची ती फॅनगर्लचं आठवतेय ना? तिच्याकडेच जायचं ना मग घरी का आलात?" मिसेस देवधर नाक मुरडत म्हणाल्या.

"बापरे बातमी तुमच्यापर्यंत पोहोचली पण" सारंग हसतच म्हणाले.

मिसेस देवधरांनी सारंग यांना ओवाळून त्यांची दृष्ट काढली.

"मीरा अजूनही तू जळतेस तिच्यावर?" सारंगने हसत विचारले आणि ती गालात हसली.

"मग कोणती बायको आपल्या नवऱ्याच्या आयुष्यात दुसरी स्त्री खपवून घेईल?" मीरा नाक मुरडत हाताची घडी घालत म्हणाली

"आणि ती दुसरी स्त्रीही खुद्द तीच असेल तर?" त्याने भुवया उंचावुन म्हटलं आणि ती खळखळून हसु लागली.

"मी बायको बनुन तुमच्यावर एवढं प्रेम केलं तरी तुम्हाला तुमची फॅनगर्लच का आवडते?" मीरा

"कारण काय आहे ना, तू आधी माझी मॅनेजर होतीस आणि नंतर बायको झालीस. पण माझ्या आयुष्यात तर तू फॅनगर्ल बनुन आधीच आली होतीस. जिने मला पुन्हा उभं राहण्यासाठी प्रेरणा दिली. पत्राद्वारे कायम माझ्या आसपास राहिली. मी एका क्षणासाठीही तिला विसरलो नाही त्यामुळे माझं पहिलं प्रेम आहे फॅनगर्ल!" त्यांनी मीराच्या डोक्यावर टपली मारत म्हटलं आणि दोघेही हसतच पुन्हा भुतकाळात हरवले.

भूतकाळात

सारंग आपलं आयुष्य जगत तर होता पण असा एकही दिवस नव्हता जेव्हा त्याला त्याच्या फॅनगर्लची आठवण येत नव्हती. मीरानेही त्याच्या आयुष्यात स्वतःची एक खास जागा बनवली होती पण त्याच प्रेम फक्त त्याच्या त्या फॅनगर्लवर जडले होते. तो तिला विसरूच शकत नव्हता. अश्यातच मीराने एक

दिवस त्याच्यासमोर राजीनाम्याचा लिफाफा ठेवला.

"हे काय आहे?" सारंगने लिफाफा बघत विचारलं

"मला ह्यापुढे तुमच्यासोबत काम करायला नाही जमणार. मी हे काम सोडतेय?" मीरा म्हणाली

"तू काम का सोडतेय? मी कधी काही चुकीचं वागलो का तुझ्यासोबत?" सारंगने थोडं नाराजीच्या स्वरात विचारलं

"नाही सर तुम्ही कधीच कुणासोबत चुकीचं नाही वागू शकत. तुम्ही तुमच्या मर्यादा राखूनच माझ्याशी वागलात पण.." मीरा बोलता बोलता थांबली.

"पण काय?" सारंगने विचारलं

"ते बाबांनी, गावी मामाच्या मुलासोबत लग्न जमवलंय" तिने डोळ्यातलं पाणी पुसत म्हटलं.

"अग मग रडतेय का? ही तर चांगली गोष्ट आहे ना?" सारंग उभा राहून तिच्यासमोर येत म्हणाला.

तिने एक नजर त्याच्या डोळ्यात पाहिलं आणि "तुम्हाला नाही समजणार" तिने मान खाली घालून म्हटलं आणि जायला वळली.

"मीरा थांब" सारंगने मागून आवाज दिला.

मीरा पुढे जाऊन थांबली आणि मागे वळून एकदा सारंगकडे डोळे भरून पाहिलं आणि ती पुन्हा जाऊ लागली.

आज सारंगला तिची नजर खूप वेगळी वाटली, मीरा जणू काही सांगू पाहते पण सारंगला तिच्या डोळ्यातील भावना समजतं नव्हत्या. ती रडत रडतच बाहेर पडली. सारंगला समजेना तिला नक्की कशाचं एवढं दु:ख झालंय?

ती गेल्यावर सारंगने त्या लिफाफ्यातून तिचा राजीनामा बाहेर काढला आणि वाचू लागला. जसं जसं तो वाचू लागला त्याला धक्का बसला. त्याने तो राजीनामा पूर्ण वाचलाच नाही आणि तो पळतच त्याच्या रूममध्ये गेला.

त्याच्या कपाटातील फॅनगर्लची सगळी पत्र बाहेर काढली. तो प्रत्येक पत्र उघडून पाहत होता आणि सगळ्या पत्रातील अक्षर हे राजीनाम्यावर लिहिलेल्या अक्षराशी जुळवा जुळव करत होता आणि तसं त्याच्या चेहऱ्यावर एक आनंदाची रेघ उमटली.

"मीराsss माझी फॅनगर्ल!" आनंदाने तो खालीच बसला. का नेहमी पत्रात लिहिलेले वाक्य आणि मीराने बोललेलं सारखं वाटायचं? का नेहमी मीराच्या केसात फुल असायचं त्याच्या लक्षात आलं.

तो धावतच घराच्या बाहेर आला, त्याने आजूबाजूला पाहिलं पण तोपर्यंत उशीर झाला होता मीरा निघून गेली होती. त्याने आपली गाडी काढली आणि तिला शोधायला बाहेर पडला. आज त्याची फॅनगर्ल त्याला सापडली होती, पण त्याला कळायच्या आधीच ती दूर होणार ह्याची त्याला भीती वाटतं होती पण आता तो तिला सहज जाऊ देणार नव्हता.

सारंगला मीराला सांगायचं होतं की तो किती प्रेम करतो तिच्यावर म्हणून तो तिला वेड्यागत शोधायला लागला. तो गाडीतून उतरला आणि रस्त्यात येणाऱ्या जाणाऱ्या प्रत्येकाला मीराचं वर्णन सांगून "त्या मुलीला पाहिलं का?" विचारत होता. शेवटी एका इसमाने ती एका ठिकाणी बसलेली सांगितलं तसं तो गाडी घेऊन त्या ठिकाणी गेला. गाडीतून उतरून डोळ्यातील अश्रू पुसले आणि धावतच तिच्या जवळ गेला.

"फॅनगर्ल" तो इतकंच म्हणाला आणि तिने मान वर करून पाहिलं, दोघांच्याही डोळ्यात पाणी होतं. मीरा उभी राहिली.

"तूच माझी फॅनगर्ल आहे ना?" त्याने विचारलं आणि तिने होकारात मान हलवली. त्याने तिच्यासमोर हसत दोनीही हात केले आणि पुढच्याच क्षणी ती त्याच्या मिठीत शिरली आणि सारंगने तिला घट्ट मिठीत कैद केलं.

"आय लव यु... खूप प्रेम करतो तुझ्यावर, असं कुणी त्रास देत का?" तो तिला मिठीत घेऊन बडबडत होता आणि ती हातपाय गोठल्या प्रमाणे स्तब्ध झाली होती.

"फॅनगर्ल, तू कायम माझ्याजवळ होतीस तर का नाही मला तुझी ओळख सांगितली?" तिला थोडं दूर करत त्याने विचारलं पण ती मात्र खाली मान घालून रडत होती.

सारंगला पाहून लोक जमू लागले, गर्दी वाढू लागली. सरांगने तिचा हात पकडत तिला गाडीत बसवलं आणि गाडी घराकडे वळवली. गाडीतही त्याने तिचा हात आपल्या एका हाताने घट्ट पकडून ठेवला होता.

दोघेही सारंगच्या घरी आले.

सारंगने काकांना आवाज दिला पण काका बाहेर गेले होते म्हणून त्यानेच दोघांसाठी कॉफ़ी बनवली आणि घेतली.

कॉफ़ी घेऊन झाल्यावर.

"मीरा! आता बोल मला सगळं जाणून घ्यायचं आहे" सारंगने तिचा हात हातात घेत म्हटलं.

मीराने नजर वर करून सारंगच्या डोळ्यात पाहिलं, सारंग गालातच हसत होता त्याने पापणी उघडझाप करत बोल असं खुणावलं.

"खुप जणांकडून तुमच्या विषयीं ऐकलं होत. म्हणून मी एकदा टीव्हीवर तुमचा सिनेमा पाहिला आणि तुमच्या अभिनयाच्या प्रेमात पडले." मीरा अलगद हसत म्हणाली.

"मी तेव्हापासून वर्तमानपत्रातील तुमच्या सिनेमाची, तुमच्या फोटोची, तुमच्या मुलाखतीची कात्रण जमा करू लागले. तुमच्या छोट्यातल्या छोट्या गोष्टीं जाणून घेऊ लागले. तुमच्या आवडी निवडी अंगीकारू लागले. बाबा घरात नाही बघून बाबांचा शर्ट अंगात घालून आरश्यासमोर उभी राहून तुमच्याप्रमाणे अभिनय करू लागले त्यात बऱ्याच वेळा आईचा ओरडाही ऐकावा लागला. तुमच्या चित्रपटातील प्रत्येक क्षण मी जगते असं वाटायचं मग तो विनोदी, गंभीर असो किंवा..." मीरा बोलता बोलता थांबली, ती थोडी भावुक झाली होती.

सारंग तिच्या बाजूला बसला त्याने तिचा हात आपल्या हातात घट्ट पकडला जणू तो सांगू पाहत होता की मी हा हात कधीच सोडणार नाही.

"बोल ना मीरा का थांबली मला ऐकायचं आहे तुझ्याकडून सगळं?" सारंग म्हणाला आणि मीरा पुढे बोलू लागली.

"मी खुपच वेडी झाली होती तुमच्यासाठी पण नंतर पेपरमध्ये तुमच्याविषयीं खुप नकारार्थी गोष्टीं छापून येऊ लागल्या. मला त्या गोष्टी वाचून खुप वाईट वाटू लागलं. तुम्ही वेगळा प्रयत्न करण्याच्या उद्देशाने केलेला तुमचा एक सिनेमा पडला आणि त्यानंतर तुमचं लग्न ज्या अभिनेत्रीबरोबर ठरल होत तिने तुम्हांला सोडून एका मोठ्या उद्योगपतीसोबत लग्न केलं. सिनेमा पडल्याच दुःख आणि त्यात जिला तुम्ही आयुष्यभराची संगिनी बनवणार होता ती तुम्हाला तुमच्या पडत्या काळात साथ सोडून गेली आणि त्यानंतर तुम्ही कसे दारूच्या आहारी गेले आहे हे वाचलं." मीरा डोळ्यातलं पाणी पुसत म्हणाली. सारंगला त्याचा भूतकाळ आठवला आणि नकळत त्याचेही डोळे पाणावले. मीराने त्याचे अश्रू पुसले आणि पुढे सांगू लागली.

"नंतर मी खुप विचार केला की तुम्ही एक चांगले अभिनेतासोबत तसें एक चांगले व्यक्तीही आहात तर तुमच्या बाबतीत का वाईट व्हावं? खुप विचार केला तुम्हाला येऊन भेटण्याचा पण मी एक साधारण मुलगी मग तुम्ही मला का भेटाल? खुप विचार करून तुमच्या पर्यंत पोहचण्याचा एकच मार्ग भेटला ते म्हणजे पत्र. म्हणून मग मी तुम्हाला पत्र लिहायला घेतले. मी नेहमी वेगवेगळ्या ठिकाणाहून तुम्हाला माझे पत्र पाठवत राहिली, ते तुमच्या पर्यंत पोहचत होते की

नाही माहीत नव्हतं पण मी पत्र लिहिणे थांबवलं नाही आणि सहा एक महिन्यात तुमच्यात फरक दिसून आला. तुम्ही पुन्हा जोमाने काम करू लागलात, तुमचे सिनेमे यशाचे उच्चंक गाठू लागले, ते पाहून मला खुप खुप म्हणजे खुप आनंद झाला. घरच्यांना न सांगता तुमचा प्रत्येक सिनेमा मी चित्रपटगृहात जाऊन पाहिला आहे. नंतर टीव्हीला तुमचे सगळे चित्रपट पाहिले, तुमची गाणी ऐकताना स्तब्ध होऊन एका जागेवर उभी राहुन ऐकली आहेत, रेडिओवरच्या तुमच्या मुलाखती ऐकल्या आणि त्या ऐकताना खुप खुप छान वाटायचं. नकळत मी तुमच्यासोबत कल्पनेच्या जगात वावरताना मी हळूहळू तुमच्या प्रेमात वाहू लागले. पण एक वास्तविक सत्य हे ही माहित होत की तुम्ही आणि मी कधीच एकत्र होऊ शकत नाही.

काही महिन्यापूर्वी बाबांना हार्ट अटॅक आला आणि माझ्यावर घराची जबाबदारी आली. कल्पनेतून वास्तविकतेत येऊन मी एका कंपनीत स्टेनोची नोकरी करू लागले. मला माहित नव्हतं की ती तुमची कंपनी आहे ते. तुम्ही आता सावरला आहात हे बघून मी तुम्हाला पत्र पाठवणेही बंद केले. "

"आणि त्यादिवशी ऑफिसमध्ये अचानक तुम्ही समोर आला. मी स्वप्नातही कधी याचा विचारही केला नव्हता तुम्ही असे समोर याल म्हणून. मी मुद्दामहुन तुम्हाला ओळखले नाही कारण नंतर माझ्या तोंडुन सत्य बाहेर पडले असते म्हणून मी तुमचे चित्रपट पाहत नाही म्हटलं.

नशीबाचा खेळही बघाना तुमच्यापासून दूर जायचा विचार करत होते पण नशिबाने अजून जवळ आणले." मीरा म्हणाली

"म्हणजे" सारंग म्हणाला

"मी विचार केलेला की नोकरीं सोडायचा पण घरची परिस्थिती पाहता त्यात तुम्ही वाढीव पगार देणार म्हटल्यावर मी नोकरीं सोडण्याचा विचार सोडून दिला आणि स्वतःच्या भावनांना आवर घालत नोकरीं करू लागले. पण शेवटी मन हे इतक्या जवळ येऊन माझ्या मनात तुमच्याबद्दल असलेल्या भावना लपवणे मला शक्य होत नव्हते. पण तुम्ही माझ्या सारख्या मुलीला का म्हणून स्वीकाराल विचार करून मनातलं तुम्हाला कधी सांगताच आलं नाही आणि त्यादिवशी मी तुमच्या आई वडिलांचे बोलणं ऐकलं आणि.." मीरा बोलता बोलता थांबली.

"आणि.. काय मीरा काय ऐकलंस तू?" सारंगने विचारलं.

"त्या दिवशी मी नेहमीप्रमाणे घरी आले होते तर तुमचे आई बाबा आले होते" मीराने सांगितलं.

भूतकाळ

मीरा नेहमीप्रमाणे सारंगच्या घरी आली तिला माहित नव्हते की सारंगचे आई बाबाही आले आहेत ते.

ती आत येताच सारंगच्या आईने तिला विचारलं "तू कोण आहेस आणि कोण पाहिजे तुम्हाला?"

"मी मीरा सारंग सरांची सेक्रेटरी" मीरा नमस्कार करत म्हणाली.

"अच्छा तूचं का ती मीरा जी त्याच सगळं काम बघते ती? खुप छान काम करते बाळा. प्रतीकने सांगितलं आम्हाला कि कस तू आमच्या आळशी राजाला बरोबर वटणीवर आणलंस ते" सारंगची आई हसतच म्हणाली

मीरा गालात हसली "हो, धन्यवाद" म्हणाली

"सर उठलेत का?" मीराने विचारलं

"हो बाई उठलाय तो, त्याला आमच्या सदाभाऊनी सांगितलं सरांना उठवायच्या वेळी फक्त म्हणायच मीरा आली आहे म्हणून सारंग बाबा लगेच उठतात, आणि तसंच झालं, थोड्यावेळापूर्वी मी त्याला म्हटलं मीरा खाली आहे तर तो उठून आवरायला गेला, येईल इतक्यात बस" सारंगची आई म्हणाली.

मीरा हॉलमध्ये बसली. सारंगच्या आईने मीराला काही मुलींचे फोटो दाखवले.

"हे बघ आम्ही सारंगसाठी मुली बघतोय, चांगल्या घरातल्या मुली आहेत. ह्यातली एखादी बघून सांग कुठली छान दिसेल तुझ्या सरांसाठी?" सारंगची आई मीराच्या हातात फोटो देत म्हणाली.

मुलींचे फोटो बघून मीराचा चेहरा उतरला.

"मॅडम मी कसं सांगू तुम्हाला आणि सरांना जे योग्य वाटेल तिलाच निवडा" मीरा म्हणाली.

"तरीपण ग, तू तुझ्या सरांना ओळखतेस ना? मग तूला त्याची आवड माहित असेल ना?" सारंगची आई म्हणाली

मीराने एक उसन हसू चेहऱ्यावर आणून जड अंतःकरांनाने ते फोटो पाहू लागली.

फोटो बघून झाल्यावर मीराने एक फोटो काढून त्याच्या आईच्या हातात दिला.

तोपर्यंत मागून आवाज आला "गुडमॉर्निंग मीरा" सारंगने विचारलं

त्याला बघून मीरा उभी राहिली "गुडमॉर्निंग सर"

"पाच मिनिट थांब मी लगेच खाऊन घेतो मग निघूया, तू चहा घेतलास का?" सारंगने विचारलं

"नको सर, तुम्ही आवरून घ्या" मीरा म्हणाली.

सारंगने त्याच आवरलं आणि दोघेही निघाले.

दिवसभर मीराला चैन पडत नव्हतं, तिने तब्बेत बरी नही सांगून सारंगकडून अर्ध्या दिवसाची सुट्टी घेतली. सारंगला तिची काळजी वाटली म्हणून त्याने त्याच्या ड्रायव्हरला तिला घरी सोडायला सांगितलं.

मीरा तिथून निघाली आणि ड्रायव्हरला तिला शिवाजी पार्कच्या मैदानाजवळ सोडायला सांगितलं.

दिवसभर मीरा शिवाजी पार्कमधील गणपती मंदिरात बसून राहिली. तिला काहीच कळेना की काय करावे.

"सारंग एक अभिनेता मी एक साधी नोकरीं करणारी मुलगी, सारंग श्रीमंत घरातला आणि मी मध्यम घरातली मुलगी. सारंग दिसायला एकदम हँडसम आणि मी साधारण मुलगी. आपली सारंगसोबत कुठेच बरोबरी नाही होऊ शकत हा विचार डोक्यात आला. आणि तिने ठरवलं की आपण राजीनामा द्यायचा आणि दुसरीकडे जॉब करायचा.

म्हणून तिने एक आठवड्याचा वेळा घेतला नवीन जॉब शोधण्यासाठी. नवीन जॉब भेटल्यावर तिने सारंगला राजीनामा दिला." मीरा डोळे पुसत सांगत होती. सारंग हलकंच हसला.

तिच्या कपाळाला अलगद ढकललं "वेडी आहेस तू.. आज मी जे काही आहे ते फक्त तुझ्यामुळे आहे. मी किती दिवस झाले तूला शोधतोय माहित आहे का? तुझी जुनी पत्र दररोज रात्र रात्रभर जागून वाचत आहे. चातक पक्षी कसा पावसाची वाट पाहत असतो तसा मी रोज तुझ्या पत्रांची वाट बघत असतो. मी पोस्टात जाऊन तुझी पत्र कुठून येतात ह्याची चौकशी केली पण मला काही कळायला मार्गच भेटला नाही. मी नकळत तुझ्या प्रेमात पडलोय. मी घरी पण सांगून ठेवलं लग्न करेन तर ते पण माझ्या फॅनगर्लशीच. लग्न करशील माझ्यासोबत?" त्याने तिची हनुवटी वर करत विचारलं आणि तिने होकारात मान हलवली. नंतर दोघांनी एकमेकांना घट्ट मिठीत सामावून घेतलं.

"बाबा तुमचं खुप खूप अभिनंदन" मागून आवाज आला तसा सारंग आणि मीराने वळून बघितलं तर मागे त्यांची मुलगी समीरा उभी होती. तिने पुढे येऊन तिच्या बाबांना मिठी मारली, मीराने तिच्या केसांवर हात फिरवला.

"थँक्स बाळा," सारंग म्हणाले.

"मी रागावलोय दोघींवर?" सारंग म्हणाले

"का?" दोघीनी एकसाथ विचारलं, समीरा मिठीतून बाहेर आली

"दोघीही आला नाहीत?" सारंग मुद्दाम हाताची घडी घालून गाल फुगवत म्हणाले.

"बाबा तुम्हाला माहित आहे ना, आजीची तब्बेत कशी आहे? आणि आजीची तब्बेत ठीक नसताना आई आणि मी कसे येणार?" समीरा म्हणाली.

सारंग हसले. कारण त्याच्या आईने सुरुवातीला मीराला स्वीकारलं नव्हतं पण नंतर मीराच्या गुणांनी आणि स्वभावाने तिने सारंगच्या आईचे मन जिंकलं होत आणि त्यानंतर दोघींचं खूप घट्ट नातं निर्माण झालं होत.

"आई बाबा मला तुम्हाला एक गुड न्यूज द्यायची आहे? समीरा म्हणाली.

"काय तू लग्न करतेय?" मीरा म्हणाली

"चल काही पण" समीरा म्हणाली

"लग्न आणि ते पण एवढ्या लवकर अजिबात नाही. आई बाबा प्रतिक अंकल नवीन फिल्म डायरेक्ट करत आहेत आणि त्यात ते लीड रोल मला देणार म्हणाले" समीरा म्हणाले

"अरे वाह काय स्टोरी आहे? तुझी व्यक्तीरेखा काय आहे?" सारंग यांनी समीराला विचारलं

"बाबा ही कथा एका फॅनगर्लची आहे जी तिच्या आवडत्या अभिनेत्याला पत्राद्वारे त्याच्या वाईट काळातून बाहेर काढते. आणि मी त्या फॅनगर्लची व्यक्तिरेखा करणार आहे मला तर ती व्यक्तिरेखा खूपच आवडली" समीरा म्हणाली आणि सारंग मीरा हसू लागले. दोघांनी तिला मिठीत घेतलं.

"ऑल द बेस्ट बेटा" दोघांनी तिच्या केसांवर ओठ टेकवत म्हटलं.

दोन वर्षानंतर एका पुरस्कार सोहळ्यात समीराला "फॅनगर्ल" या चित्रपटासाठी उत्कृष्ट अभिनेत्रीचा पुरस्कार मिळाला आणि प्रतीकला उत्कृष्ट दिग्दर्शकचा पुरस्कार मिळाला.

सारंग आणि मीरा प्रेक्षकांमध्ये बसून आपल्या मुलीचं यश कौतुकाने पाहत होते.

" बघितलं, हि फॅनगर्ल माझं आणि माझ्या लेकीच आयुष्य घडविण्यात किती महत्वाची आहे ते" सारंग म्हणाले तशी मीरा गालात हसली.

समाप्त

4

एक ब्रेकअप असेही

विवेक त्याची बॅग भरत होता, त्याची नजर टेबलवरच्या फ्रेमवर गेली ते बघताच त्याचे डोळे भरून आले. तिच्या आठवणीने त्याच्या अश्रूंना डोळ्यांनी मोकळी वाट करुन दिली, डोळ्यातील अश्रू तर वाहून गेले पण मनातले अश्रू काही संपतच नव्हते, ते संपतील का कधी?

तिची इच्छा होती की त्याने खुप मोठे प्रोफेसर व्हावं आणि त्याला प्रत्येक कॉलेजमध्ये गेस्ट लेक्चरसाठी बोलावण्यात यावं. तिचं स्वप्न तर पूर्ण झालं होतं पण त्याआधीच ती त्याला सोडून गेली. त्याचा फोन वाजला तशी त्याची तंद्री तुटली आणि त्याने फोन उचलला.

"हा आई बोल?" विवेक स्वतःला सावरत म्हणाला.

"विवेक बाळा निघालास का रे तू?" विवेकची आई स्मितानी विचारलं.

"आई एका तासापूर्वीच लेक्चर संपवून हॉटेलमध्ये आलोय आणि आता बॅग भरून निघतोय." विवेक त्याची बॅग भरत म्हणाला

"बाळा ठीक आहेस ना तू?" स्मिताने आपल्या लेकाला विचारलं

"आई मी काय लहान आहे का, मला काही व्हायला? काय तू पण मी लहान असल्यासारखं विचारते." विवेक हसतच बॅगेची चैन लावत म्हणाला.

"तुला काय कळणार रे आईची काळजी, त्यासाठी आई बाप व्हावं लागत" स्मिता बोलून गेल्या पण त्यांना त्यांची चूक कळाली तश्या त्या पटकन म्हणाल्या,"सॉरी बाळा मला तुला दुखवायचं नव्हतं."

"अरे आई असू दे त्यात काय एवढं तू पण ना? चल मी निघतो आणि हो गाडी स्लो चालवेल, ओव्हरटेक करणार नाही आणि वाटेत थोडा आराम करून गाडीने सेफ येईन, अजून काही?" विवेक नॉर्मल होत आईला म्हणाला.

"हो रे बाळा कळलं, ये लवकर मी तुझी वाट बघते." स्मिताने एवढे बोलून फोन ठेवून दिला.

"आईपण ना कधी कधी अति काळजी करते." विवेक बॅगची झीप लावत म्हणाला. त्याने हॉटेलमधून चेकआऊट करून गाडी मुंबईच्या दिशेने काढली.

विवेक प्रधान मुंबईच्या कीर्ती कॉलेजमध्ये प्रोफेसर होता, त्याला पुण्याच्या फर्ग्युसन कॉलेजमध्ये गेस्ट लेक्चरर म्हणून बोलावण्यात आलं होत.

तो लोणावळ्यापर्यंत पोहोचला, तिथे चहा घेण्यासाठी थांबला. चहा घेत तो फेसबुक चाळत बसला, त्याला तिथे त्याचा आणि अद्दूचा एक फोटो दिसला. तो फोटो दिसताच वेळ त्याच्यासाठी तिथेच थांबून गेला. तिच्या आठवणीत नकळत त्याचे अश्रूनी डोळ्यांच्या कडा ओल्या झाल्या.

"इथे कुणी बसलंय का?" समोरून एका मुलीचा आवाज आला. विवेकने काहीच उत्तर नाही दिले.

"ओ.. हॅलो मिस्टर, इथे कुणी बसलं आहे का?" तिने टेबलावर हात आपटत विचारलं.

विवेकच लक्ष विचलित झालं "सॉरी काही म्हणालात का तुम्ही?" त्याने त्यामुलीकडे बघत विचारलं.

"हो विचारलं होतं, पण तुम्ही बहुतेक तुमच्या विचारांच्या गंगेत वाहून गेला होता" त्या मुलीने टोमण्यांत उत्तर दिले.

"सॉरी काय म्हणालात, पुन्हा एकदा बोला." विवेकने गोंधळून विचारलं.

"मी म्हटलं इथे कुणी बसलं आहे का? मी बसू का इथे?" ती मुलगी म्हणाली.

"तुम्हाला कुणी दिसतंय का इथे बसलेलं?" विवेकने चहाचा कप हातात घेऊन चहाचा घोट घेत म्हटलं.

"नाही" ती मुलगी म्हणाली.

"मग बसा ना, विचारताय का?" विवेक चिडत म्हणाला.

ती मुलगी तिची सॅक सांभाळत बसली. तिला तिच्या आईचा फोन आला,"हा बोल ग आई" ती मुलगी

"रिद्धिमा निघालीस का पुण्याहून?" त्या मुलीच्या आईने विचारले.

"हो ग आई निघाले, सकाळी पाहुणे निघेपर्यंत उशीर झाला म्हणून मला पण उशीर झाला निघायला आणि इथे लोणावळ्यात येऊन गाडी बिघडली तर ड्रायव्हर चेक करत आहे, नाहीच झालं तर कॅब करून येईल." रिद्धिमा तिच्या आईला म्हणाली.

"अशी कशी गाडी बंद पडली? आता ती कॅब कधी येईल, तरी तुला सांगत होते ट्रेनने जा पण नाही तुला गाडीचं पाहिजे होती, घे आता बस आणि मला तुझ्या बाबांचा ओरडा बसू दे." तिची आई तिला रागवत म्हणाली.

"आई तुझं लेक्चर देणं बंद करशील का? मला सुचू दे काहीतरी आणि ती मशीन आहे बिघडणारच ना आणि तू पण ना जरा अतिच काळजी करते." रिद्धिमा शांत होत म्हणाली.

"लग्न झाल्यावर कशी वागणार आहे काय माहित?" तिची आई अजूनच चिडत म्हणाली.

"नको काळजी करू हुंडा म्हणून तुला सोबतीला घेऊन जाईन." रिद्धिमा आईला हसतच म्हणाली. विवेकला तिचं हे वाक्य ऐकून हसायला आलं, तोही गालातच हसला.

"अडलंय माझं खेटर तुझ्या सासरी येऊन तुझ्या सासूच्या शिव्या खायला, तूच खा त्या नंतर आणि आता ये लवकर." तिची आई तिला म्हणाली.

"नाही येणार ना, मग राहू दे ना मी खाईन त्या शिव्या. आता तू फोन ठेवशील का म्हणजे माझ्या मोबूच्या आहे तेवढ्या बॅटरीत मला मुंबई गाठता येईल." रिद्धिमा म्हणाली आणि तिने फोन ठेवला

तिने कॉफी आणली होती ती आईशी बोलण्याच्या नादात थंड झाली होती. तिने कपाळावर हात मारला.

"हि म्हातारी पण ना अश्यावेळी फोन करते कि बस डोकं आउट करते. आता घरी गेल्यावर पण डोकं खाईल, आवडला का कुणी मुलगा? जशी काय मी लग्नात लग्न अटेंड करायला नाही तर पोरं बघायलाच गेली होती आणि काही बोललं कि एकच वाक्य 'आईच काळीज आहे तुला नाही कळणार', नुसता मेलोड्रामा देवा वाचावं रे मला." रिद्धिमा एकटीच बडबड करत बोलत होती.

"काही प्रॉब्लेम आहे का?" विवेकने विचारलं.

"सॉरी, काही म्हणालात का तुम्ही?" रिद्धीमाने न ऐकल्याने परत विचारलं.

"हो, तुम्हाला काही प्रॉब्लेम आहे का? मी काही हेल्प करू शकतो का?" विवेकने विचारलं.

"सॉरी पण आपली ओळख नाही? मग मी तुम्हाला माझा प्रॉब्लेम का सांगू?" रिद्धिमा एटीट्यूड दाखवत म्हणाली.

"हाय मी विवेक प्रधान मुंबईच्या कीर्ती कॉलेजमध्ये प्रोफेसर आहे." विवेकने स्वतःची ओळख सांगितली रिद्धिमा हसायला लागली. त्याला त्याची अद्दू आठवली ती पण त्याला अशीच हसली होती.

"तुम्हाला विश्वास नाहीतर ओके बाय." विवेक चिडत तिथून उठून जाणार तोच "सॉरी पण तुम्ही एवढे यंग आहात ना त्यामुळे थोडं." रिद्धिमा तिचं हसू कंट्रोल करत म्हणाली.

"माझं आय कार्ड दाखवल्यावर विश्वास बसेल का?" विवेक म्हणाला.

"सॉरी, नका दाखवू आय कार्ड, सांगते बसा." रिद्धिमा म्हणाली तसा विवेक परत जागेवर बसला.

"मी रिद्धिमा परब, मुंबईच्या थॉमस कूकमध्ये जॉब करते. काल पुण्यात माझ्या बेस्टीचे लग्न होतं त्यासाठी आले होते आणि आज निघाले. मोठ्या हौशेने नवीन जॉब लागल्यावर पहिल्या सहा महिन्यात साठवलेल्या पगारात सेकंड हॅन्ड गाडी घेतली आणि पहिल्यांदा पुण्यात घेऊन आले, जाताना गाडी मस्त गेली आणि आता बघा येताना मध्येच बिघडली, त्यात आईने ड्राइवर पाठवला आहे माझ्यासोबत त्यात त्याची पण फरफट होतेय." रिद्धिमाने तिची व्यथा विवेकला सांगितली.

"एक काम करा संध्याकाळ झाली आहे. मेकॅनिक भेटेल तो येऊन गाडी चेक करून गाडी रिपेअर होईपर्यंत वेळ लागेल त्यापेक्षा तुम्ही ड्राइवरला सांगा गाडी रिपेअर करून घेऊन ये, त्याचे त्याला एक्सट्रा पे करा आणि मी तुम्हाला मुंबईत सोडतो." विवेकने सल्ला दिला

"पण मी तुमच्यावर विश्वास का ठेवू?" रिद्धिमाने विचारलं

"एक काम करा तुम्ही बसा विश्वास अविश्वासाचा खेळ करत मी जातो." विवेक पुन्हा चिडून उठत म्हणाला.

"सॉरी सॉरी प्लिज तुम्ही तर रागावलात? मी येते तुमच्यासोबत." रिद्धिमा त्याची माफी मागत म्हणाली.

"गुड, चला पटकन तसा पण अंधार होत आला आहे." विवेकने सजेक्ट केलं.

"ओके चालेल" म्हणत रिद्धिमाही तिची बॅग घेऊन निघाली. आधी त्यांनी रिद्धिमाच्या ड्राइव्हरला इंस्ट्रक्शन दिले सोबत रिद्धिमाने त्याला गाडी रिपेअरिंगसाठी पैसे पण दिले आणि त्याचा भत्ता देऊन ते निघाले. तिने विवेकला पत्ता सांगितला आणि गाडी मुंबईच्या दिशेने धावू लागली.

गाडीत दोघांच्या हळूहळू गप्पा चालू झाल्या. लोणावळा क्रॉस होत आला ते खंडाळ्यापर्यंत पोहोचले.

"सर तुमच्याकडे बघून वाटत नाही तुम्ही प्रोफेसर आहात?" रिद्धिमा म्हणाली.

"का? मी भिंगाचा चष्मा घातला नाही म्हणून की माझं पोट सुटलं नाही म्हणून?" विवेकने हसतच विचारलं.

"हो तसेच काही. प्रोफेसर म्हटलं कि कसं एखादी जाड उर्मट व्यक्तिरेखा नजरेसमोर उभी रहाते पण तुम्ही तर खूप साधे म्हणजे हँडसम आहात, तुमचं लग्न झालय का?" तिने मध्येच विचारलं.

"तुम्हाला काय वाटत?" विवेकने विचारलं.

"मला वाटतंय नसेल झालं? पण कदाचित तुम्ही रिलेशनमध्ये असणार." रिदि्धमा म्हणाली

"असं का वाटतंय तुम्हाला?" विवेकने विचारलं

"कारण तुम्ही मला भेटल्यापासून अहो जावो करत आहात आणि तुमच्या गर्लफ्रेंडने धमकी दिली असेल कि प्रत्येक मुलीला अहो जावो करायचं" रिदि्धमा हसत म्हणाली, तिच्या बोलण्यावर विवेकही हसला.

"माझं लग्न झालय आणि आमचा ब्रेकअप पण झाला." विवेक म्हणाला तशी रिदि्धमा आश्चर्यचकित झाली.

"काय एवढ्या हँडसम माणसासोबत कोण ब्रेकअप करू शकतं?" रिदि्धमाने विचारलं.

"होऊ शकतं, माणूस आहे भरवसा नाही कश्याचा." विवेक शांत होत म्हणाला.

"का? काय झालं होतं? म्हणजे अरेंज होतं की लव्ह मॅरिज?" तिने विचारले.

"आमचं लव्ह मॅरिज होतं." विवेक म्हणाला.

"काय लव्ह मॅरिज तरीही ब्रेकअप? काय आहे स्टोरी सांगा ना, मला ऐकायचं आहे लव्ह मॅरिज असूनसुद्धा लग्न कसं आणि का तुटलं म्हणजे मी पण माझ्या लग्नानंतर काळजी घेईन किंवा त्या गोष्टीं टाळेन." रिदि्धमा म्हणाली तिच्या अश्या बोलण्यावर विवेक गालातच हसला .

"तिचं नाव अदिती. ती माझी स्टुडन्ट होती." विवेक भूतकाळात जाऊन त्याची स्टोरी सांगू लागला.

"मी विवेक प्रधान मुंबईच्या कीर्ती कॉलेजमध्ये ज्युनिअरच्या डिव्हिजनला शिकवायला नव्यानेच रुजू झालो होतो. कॉलेजच्या पहिल्या दिवशीच माझी ओळख अदितीसोबत झाली, अदिती मनमोकळी जगणारी, कायम हसणारी तिच्या चेहऱ्यावरून तिला काही त्रास होतो हे कधीच कळायचं नाही. ती वाणिज्य शाखेच्या शेवटच्या वर्षाला शिकत होती."

माझ्या पाहिल्या दिवशी मी गेटवर पोहोचलो तर एक मुलगी एका मुलाला मारत होती म्हणून मी त्यांचं भांडण सोडवायला गेलो आणि..

विवेक अदितीचा भूतकाळ....

"मारामारी का करताय? सोड त्याला?" विवेक एका मुलीला मागे ओढत म्हणाला ती मुलगी मागे वळली आणि विवेक तिला बघताच तिच्यात हरवला.

"ये, हे बघ तू कोण असशील हो मागे. हा आमचा मॅटर आहे, आमचं आम्ही बघून घेऊ?" ती विवेककडून हात सोडवत म्हणाली.

अदिती पुन्हा त्या मुलाकडे वळली आणि त्या मुलाला अजून एक पंच मारणार तसं विवेकने पुन्हा तिचा हात पकडला.

"तुला सांगून कळत नाही का?" अदिती अजूनच चिडून म्हणाली.

"तू चल आधी प्रिंसिपलच्या केबिनमध्ये" विवेक म्हणाला. अदितीने भुवई उंचावली आणि तिने समोरच्या मुलाची कॉलर सोडली तसा तो मुलगा पळून गेला. विवेकने तिला तसच प्रिन्सिपलच्या केबिनमध्ये नेलं. प्रिन्सिपल सरांनी अदितीला पाहिलं तेव्हा ते कळून गेले की तिने कुणाला तरी मारलं असणार.

"आज कोणत्या मुलाने कोणाची रॅगिंग केली?" प्रिन्सिपल सरांनी विचारलं. विवेक तिच्याकडे बघतच राहिला.

"सर ते एस वायचा दिन्या त्याला मारलं, तो ज्युनिअरला आलेल्या नवीन पोरींची छेड काढत होता." अदितीने सांगितलं.

"बरं त्याला खुप मारलस की काही बाकी ठेवलं आहेस?" सर फाईल चेक करत म्हणाले.

"सर आज त्याची पाचवी वेळ होती, तो सांगूनही सुधरत नव्हता म्हणून त्याला आज चांगला डोस देणार होते पण हा मुलगा मध्ये आला आणि ह्याने मला खेचत इथे आणलं." अदिती म्हणाली.

"ये सोड ना हात इथून कुठे पळून जाणार नाही." अदिती म्हणाली तसं विवेकने हात सोडला.

"बाळा ज्याला तू अरे तुरे करते तो ज्युनिअर कॉलेजचा शिक्षक आहे, प्रोफेसर विवेक प्रधान!" प्रिन्सिपल हसत म्हणाले तशी अदिती त्याच्याकडे बघतच राहिली आणि हसायला लागली.

"सॉरी सर ते मला माहित नव्हतं तुम्ही सर आहात, सॉरी पण तुम्ही असं मध्ये पडायला नको होतं, आज त्याला मारून सुजवला असता म्हणजे पुन्हा तो तसा वागला नसता?" अदिती म्हणाली.

"मग आधी चार वेळा सांगून ऐकलं का त्याने, नाही ना?" विवेक म्हणाला तशी अदिती शांत झाली.

"जी मुलं रॅगिंग करतात त्यांच्या पालकांना बोलावून समजवून सांगा, मारामारी हा पर्याय नसतो मिस अदिती!" विवेक म्हणाला.

"ठीक आहे सर मी तुम्हाला लिस्ट देत जाईन तुम्ही त्या मुलांच्या पालकांना भेटा" अदिती म्हणाली.

"ठीक आहे मला उदया लिस्ट दया, पण तुम्ही एकालाही मारायचे नाही." विवेक म्हणाला.

"ठीक आहे मी जावू माझे आता लेक्चर आहे." अदिती म्हणाली आणि बाहेर जायला वळली.

"बाळा अद्दू, आज तुझी तब्बेत ठीक आहे ना?" प्रिन्सिपल सरांनी विचारलं ती जागेवरच थांबली "हो सर एकदम फिट, का हो सर?" अदिती प्रिन्सिपलसरांकडे वळून बघत म्हणाली.

"ते काय आहे ना तुमच्या लेक्चरची वेळ संपली आहे आणि तू लेक्चरला चालली आहेस, आता ज्युनिअर कॉलेजच्या लेक्चरची वेळ आहे म्हणून म्हटलं." सर तिला म्हणाले.

"सर ते लेक्चर नाही लायब्ररीमध्ये जाते असं म्हणायचं होतं?" अदिती म्हणाली.

"तू विसरली बहुतेक किंवा आज पहिल्यांदा लायब्ररीमध्ये चालली आहेस म्हणून तूला माहित नाही की पंधरा दिवस झाले लायब्ररी रेनोवेशनसाठी बंद आहे" सर पुन्हा आठवण करुन देत म्हणाले.

"आयला ह्या टकल्याला आताच आठवण करुन द्यायची गरज होती का चालली होती ना गप्प तर" अदिती तोंडांतल्या तोंडात पुटपुटली आणि ते विवेकने ऐकलं आणि तो गालात हसला.

"सर मी येते." येवढे बोलून अदिती बाहेर निघून गेली, विवेकही तिच्यामागे बाहेर आला तर अदिती त्याला बघून हसली "तुम्ही नक्की प्रोफेसर आहात?" विवेक पुढे बोलणार तोच बेल वाजली आणि अदिती गेटच्या बाहेर आणि विवेक लेक्चरला गेला.

दुसऱ्या दिवसापासून विवेक आणि अदिती "स्टॉप रॅगिंग" मोहिमेवर कामाला लागले.

त्यांनी हळूहळू करत कॉलेजमधील रॅगिंग प्रकार कमी केला. रॅगिंगचा प्रकार कमी करता करता विवेक तिचा अभ्यास पण घेऊ लागला. अदितीचा मस्तीखोर बडबडा स्वभाव आणि निरागस मन जवळून अनुभवून विवेकला अदिती आवडू लागली.

तिचं ग्रॅज्युएशन झालं. विवेकने अदितीला प्रपोज करायचं ठरवलं.

विवेकने अदितीला शिवाजी पार्कमध्ये भेटायला बोलावलं. विवेक थोडा घाबरून होता, करना तो थोडा शांत स्वभावाचा आणि अदिती एकदम तडकाफडकी बॉम्ब होती. हो म्हणाली तर ठीक नाहीतर विवेकचं काही खरं नाही म्हणून तो घाबरून होता.

अदिती येईपर्यंत विवेक तिथल्या गणपती मंदिरात गणपती समोर हात जोडून उभा होता. अदिती आली तिनेही मग आवाज न करता विवेकच्या बाजूला उभी राहून प्रार्थना करू लागली. दोघांनी एकावेळेसचं डोळे उघडले आणि घंटी वाजवायला हात वर केली आणि नकळत त्यांच्याकडून घंटी वाजवली गेली तसं त्यांनी एकमेकांना पाहिलं.

पुजारी काकांनी बाहेर येऊन त्यांच्या हातावर कापराचं पाणी दिल आणि प्रसादही दिला सोबत "नेहमी हसत खेळत सदा सुखी रहा. तुमच्या जोडीला कुणाची नजर नको लागायला" आशीर्वाद देऊन पुजारी आत मंडपात गेले.

अदितीने ते ऐकताच लाजून मान खाली घातली आणि बाहेर येऊन कठ्यावर बसली. विवेकही गालात हसला आणि तो ही तिच्या बाजूला येऊन बसला.

थोडावेळ कुणीच काही बोललं नाही. नंतर विवेकनेच विषय काढला.

"अदिती तुझा पुढचा काय प्लॅन आहे? म्हणजे जॉब की लग्न की कुठला कोर्स करणार आहेस?" विवेकने विचारलं.

"कोर्स नाही सर एवढं शिकले तेच खुप झालं, अजून शिक्षण नको रे बाबा. जॉबचं करेन आणि कुणी भेटलं तर लग्न" कुणी ह्या शब्दावर जोरात देत अदिती विवेककडे बघत म्हणाली.

"तुझ्या नवऱ्याकडून काय काय अपेक्षा आहेत?" विवेकने विचारलं.

"हम्म. तो दिसायला एकदम तुमच्यासारखा हँडसम नसला तरी तुमच्यासारखा गुणी, शांत, समजूतदार आणि माझी मस्ती झेलणारा असावा" अदिती विवेककडे बघत म्हणाली.

(विवेकने अदितीला भेटायला बोलावलं यावरून तिला अंदाज आला होता की त्याने का बोलावलं असेल ते त्यामुळे ती ही तयारीत आली होती)

"गुड" विवेक एवढच म्हणाला पण त्याला कसं बोलावं काहीच सुचेना शेवटी न राहवून "अदिती मला तू खुप आवडते, मी आयुष्यभरासाठी तुझा वेडेपणा झेलायला करायला तयार आहे, लग्न करशील माझ्याशी?" विवेकने विचारलं.

अदिती हसायला लागली, विवेक गोंधळला.

"काय झालं हसायला?" विवेकने विचारलं.

"सर अजून थोडा वेळ तुम्ही नसतं विचारलं तर मीच तुम्हाला विचारणार होती?" अदिती हसतच म्हणाली.

विवेकला कळून गेलं की अदितीला काय म्हणायचं आहे ते.

"काय विचारणार होती अद्दू?" विवेकने तिचा हात हातात घेत विचारलं. विवेकच्या अश्या अचानक हातात हात घेण्याने ती थोडी गांगरली.

"ते.. ते.." अद्दूचे शब्द अडकू लागले.

"बरं तू नको विचारू पण माझ्या प्रश्नाचं उत्तर दे?" विवेकने विचारलं.

अदितीने मान खाली घालत चेहऱ्यावर आलेले केस कानामागे सरकवत हसतच होकारार्थी मान हलवली.

विवेकने तिला एका हाताने तिला मिठीत घेत तिच्या केसांवर ओठ टेकवले " आय लव्ह यू अद्दू"

"आय लव्ह यू सर" अद्दू विवेकच्या छातीवर हात ठेवत म्हणाली.

"आता सर नाही विवेक" विवेक म्हणाला.

"आय लव्ह यू विवेक" अदिती म्हणाली.

नंतर दोघेही तिथे थोडावेळ बसून घरी गेले.

दोन वर्ष रिलेशनशिपमध्ये राहिल्यावर विवेकने अदितीच्या घरी जाऊन तिला मागणी घातली. विवेक चांगला शिकलेला आणि वरून प्रोफेसर म्हणून अदितीच्या घरचे त्यांच्या लग्नासाठी तयार झाले.

लग्न मोठ्या थाटात झाले. लग्नानंतरचे दिवसही खुप सुंदर होते.

विवेक आणि अदिती एकमेकांना खुप छान सांभाळून घेत होते. दोघेही एकमेकांच्या परिवाराला समजून घेत होते.

एक दिवस विवेक कॉलेजवरून घरी आला. अदिती झोपली होती.

"अद्दू काय झालं झोपली का आहेस?" विवेकने तिच्या कपाळावर हात फिरवत विचारलं. विवेकला बघून अदिती त्याच्या कुशीत शिरली.

"विवेक मला ना कसतरी होतंय? काय होतंय माहित नाही पण खूप त्रास होतोय. नुसती जळजळ होत आहे आणि उलटीसारखं होतंय पण उलटी करायला गेलं की येत नाही." अदिती म्हणाली.

"एक मिनिट तू काय खाल्लंस सकाळी, पोहे खाल्लेस ना? तुला नाही सहन होत तर पोहे का खाते?" विवेक तिच्या केसांमधून हात फिरवत म्हणाला.

"विवेक मी काहीच खाल्लं नाही, पाणी प्यायले तरी उलटी होते, तर खाणार काय?" अदिती नाक मुरडत म्हणाली.

"चल आपण डॉक्टरकडे जाऊ. आईबाबा पण नेमके आताच गावी गेलेत. ते असते तर तुला डॉक्टरकडे घेऊन गेले असते?" विवेक कपाटातून ड्रेस काढून देत म्हणाला "हे घे, चेंज कर मी लिंबू पाणी आणतो."

विवेक किचनमध्ये गेला तर किचनमध्ये सकाळचं जेवण तसंच होत तिने काहीच खाल्लं नव्हतं. त्याने लिंबू पाणी बनवले आणि तिला आणून दिले. तिने एक घोट पिताच तिला पुन्हा उलटी झाली ते पाहून विवेक पण घाबरला. त्याने तिला फ्रेश व्हायला मदत केली आणि गाडी काढून तिला डॉक्टरकडे घेऊन गेला.

डॉक्टरांनी तिला चेक केलं आणि हसतच त्या बाहेर आल्या. "अभिनंदन मिस्टर आणि मिसेस प्रधान! तुम्ही आई बाबा होणार आहात."

विवेक आणि अदितीला काय बोलावे काहीच सुचत नव्हतं. विवेकला अदितीला मिठीत घ्यायचं होतं पण डॉक्टरसमोर कशी मिठी मारणार विचार करत दोघेही शांत बसले.

डॉक्टरने त्या दोघांना काही माहिती आणि औषधं लिहून दिली. दोघेही गाडीत येऊन मागच्या सीटवर बसले तशी अदिती त्याच्या कुशीत शिरली. दोघांनाही काय बोलावं काही सुचेना?

"अद्दू.." विवेकने आवाज दिला.

"हम्म... बोल ना विवेक" अदिती म्हणाली.

"थँक यू सो मच" विवेक तिच्या पोटावर हात ठेवत तिच्या डोक्यावर ओठ टेकवत म्हणाला.

"विवेक थँक यू काय रे? आपलंच बाळ आहे ना, मग परक्यासारखं थँक यू काय बोलतो." अदिती त्याच्या हातावर एक चापट मारत म्हणाली.

"तसं नाही ग. तू माझ्या घरासाठी करियर सोडलंस आणि वरून आज सगळ्यात मोठी बातमी दिलीस, आपला परिवार आता पूर्ण होणार." विवेक म्हणाला

"माझ्या घरासाठी? मी कुणीच नाही का?" अदिती त्याला फटका मारत म्हणाली.

"तसं नाही ग. तू खूप खूप छान, स्वीट, क्युट आहेस हे मला सांगायचं आहे." विवेक विषय बदलत म्हणाला कारण त्याला माहित होत ती चिडली की मारेल. अदितीपण समजून गेली आणि ती पण शांत झाली.

"चला आता काळजी घ्यायची मॅडम, खाणं पिणं वेळेवर करायचं आणि दुपारी माझी वाट बघायची नाही, भूक लागली की जेवून घ्यायचं. आई बाबांना फोन करुन बोलावून घेतो, ते पण खुश होतील आणि तुझ्या आई बाबांना पण सांगायला हवं."

विवेक म्हणाला.

"विवेक" अदितीने आवाज दिला.

"हम्म" विवेकने हुंकार भरला.

"अद्‌दू बाळ तुझ्यासारखं मस्तीखोर झालं पाहिजे" विवेक म्हणाला.

"आणि दिसायला तुझ्यासारखं हँडसम आणि हुशार" अदिती म्हणाली.

तिने मान वर करत "आय लव्ह यू" म्हटलं तसं विवेकने तिच्या ओठांवर ओठ टेकवले. ती लाजून पुन्हा त्याच्या मिठीत शिरली.

विवेक आणि अदितीचे आई वडील, आजी आजोबा होणार ही बातमी ऐकून खूप खुश झाले. सगळे अदितीचा लाड पुरवत होते. तिला काय हवं नको ते बघत होते. असेच सहा महिने निघून गेले. तिला जरा त्रास झाला की विवेक रात्र रात्र जागून तिची काळजी घेत होता.

विवेकच जागरण व्हायचं म्हणून अदिती कधीकधी त्याला न सांगता होणारा त्रास सहन करायची. पण काही दिवसांनी त्यांच्या सुखी संसाराला गालबोट लागलं.

त्यादिवशी ओटीभरणाचा कार्यक्रम होता, अदिती आणि विवेक खुप आनंदी होते. कार्यक्रम झाला आणि अदिती बाळंतपणासाठी माहेरी निघाली. विवेकला तिला पाठवू वाटतं नव्हतं आणि अदितीला पण जायला पाय जड होत होते पण तिच्या आईवडिलांच्या आनंदासाठी विवेकने तिला माहेरी पाठवायचा निर्णय घेतला.

त्याला मनातून कसली तरी भीती वाटतं होती, त्याला बेचैन वाटतं होतं. त्याला वाटलं चार पाच दिवस पाहुणे होते त्यांचं उठ बस करण्याच्या नादात झोप झाली नाही म्हणून त्रास होत असेल म्हणून त्याने मनातल्या भीतीकडे दुर्लक्ष केलं.

अदिती माहेरी जायला निघाली, तिचे काका आणि चुलत बहीण फक्त तिला न्यायला थांबले होते बाकीचे आधीच पुढे घरी निघून गेले होते. गाडी अर्ध्या रस्त्यात पोहोचली. अदितीला कसे तरी होऊ लागले म्हणून तिच्या काकांनी गाडी रस्त्याच्या बाजूला लावली. अदिती गाडीच्या बाहेर येऊन उभी राहिली. तिला थोडं बरं वाटायला लागल्यावर ती गाडीत बसली तसा मागून एक ट्रेलर आला, त्याचा ब्रेक फेल झाला होता आणि त्याने अदितीच्या गाडीला उडवल तशी काका आणि बहीण जाग्यावरच गेले, अदितीही खुप जखमी झाली होती.

लोकांनी गाडीतील जखमींना जवळच्या हॉस्पिटलमध्ये ॲडमिट केलं. अदिती जीव मुठीत धरून होती, तिला एकदा विवेकला पाहायचं होतं.

विवेकच्या आणि अदितीच्या घरच्यांना जसं अपघाताबद्‌दल कळाले तसे ते लगेच हॉस्पिटलमध्ये पोहोचले. विवेक तर पुरता घाबरला होता, त्याला त्याच्या

अदितीला पहायचं होतं. डॉक्टरांनी विवेकला अदितीच्या रूममध्ये नेलं. विवेक पळतच तिच्याजवळ गेला.

त्याने तिचा एक हात हातात घेतला आणि दुसऱ्या हाताने तिच्या डोक्यावरून हात फिरवत तिला शांत करत होता."अद्दू, काही नाही होणार तू काळजी करू नको, माझी अद्दू स्ट्रॉंग आहे. मी काही नाही होऊ देणार तुला आणि आपल्या बाळाला..." त्याचे पुढचे शब्दच अडकले कारण अदिती फक्त नजर भरून विवेकला बघत हसली आणि तिने डोळे बंद केले.

"आणि तुमचा कायमचा ब्रेकअप झाला" रिद्धिमा म्हणाली तिच्या डोळ्यात पाणी आलं आणि तिचा आवाजही जड झाला होता. विवेकने गाडी तिच्या घराखाली थांबवली.

"तुम्हाला काय वाटलं ब्रेकअप म्हणजे आम्ही एकमेकांवर राग धरून वेगळे झालो का?" विवेक हसतच म्हणाला. पण त्या हास्याच्या मागे असणाऱ्या वेदना रिद्धिमा पाहू शकत होती.

"नाही असं नव्हतं मला म्हणायचं." रिद्धिमा म्हणाली.

"जिथे प्रेम असतं ना तिथे ब्रेकअप नसला पाहिजे. असला पाहिजे तो फक्त विश्वास, आज माझी अद्दू माझ्यासोबत शरीराने नसली तरी मनाने कायम माझ्या जवळ आहे आणि आजही माझे तिच्यावर तेवढेच प्रेम आहे." विवेक म्हणाला.

"अगं रिधु तुझी गाडी कुठे आहे?" तिचे बाबा जे राउंड मारत होते ते गाडी जवळ येत म्हणाले.

"बाबा गाडी खराब झाली म्हणून ह्यांनी मला लिफ्ट दिली." रिद्धिमा म्हणाली.

"अरे मग घरी घेऊन चल ना त्यांना" रिद्धीमाचे बाबा म्हणाले.

"नाही नको नंतर कधीतरी येईल. घरी आई वाट पाहत असेल." विवेक म्हणाला. रिद्धिमा काही न बोलता उतरली.

विवेकने गाडी वळवून घरच्या रस्त्याला लागला, एफ एम ला गाणे लागले होते,

"आदमी मुसाफिर हैं.. आता हैं जाता हैं.." अदितीचे आवडते गाणे..

समाप्त

www.ingramcontent.com/pod-product-compliance
Lightning Source LLC
LaVergne TN
LVHW041715060526
838201LV00043B/754
* 9 7 9 8 8 8 6 8 4 0 2 7 8 *